ஓவிய பாரதி

ஓவிய பாரதி
(சுதேசமித்திரன், 1934–1937)

தொகுப்பும் பதிப்பும்

ய. மணிகண்டன் (பி. 1965)

தமிழ் யாப்பியல், சுவடிப் பதிப்பியல், பாரதியியல், பாரதிதாசனியல் ஆகிய களங்களில் குறிப்பிடத்தக்க பங்களிப்புகளை நிகழ்த்திவரும் முனைவர் ய. மணிகண்டன் தஞ்சை சரசுவதி மகால் நூலகத் தமிழ்த் துறையில் பத்தாண்டுகளுக்கும் மேல் பணியாற்றியவர்; சென்னைப் பல்கலைக்கழகத் தமிழ் மொழித் துறையின் பேராசிரியர் – தலைவராகப் பணியாற்றிவருபவர்.

ஆசிரியரின் பிற நூல்கள்

எழுதியவை

பாரதியின் இறுதிக்காலம்: கோவில் யானை சொல்லும் கதை
பாரதியியல்: கவனம்பெறாத உண்மைகள்
மணிக்கொடி மரபும் பாரதிதாசனும்
மகாகவி பாரதியும் சங்க இலக்கியமும்
பாரதிதாசன் யாப்பியல்
தமிழில் யாப்பிலக்கணம்: வரலாறும் வளர்ச்சியும்
ஒளிந்திருக்கும் சிற்பங்கள் (குறள்வெண்பாத் தொகுதி)

பதிப்பித்தவை

பாரதியும் காந்தியும்
புதுவைப் புயலும் பாரதியும்
மணிக்கொடி: கவிதைகள்
தமிழில் பில்கணீயம்: மணிக்கொடி எழுத்தாளர்கள் – பாரதிதாசன்
ந. பிச்சமூர்த்தி கட்டுரைகள்
நேரிசை வெண்பா இலக்கியக் களஞ்சியம்
பாரதிதாசன் கவிதை இலக்கியங்கள்: இறைமை, இந்திய விடுதலை இயக்கம்
பாரதிதாசன் கவிதை இலக்கியங்கள்: சுயமரியாதை, சமத்துவம்
பாரதிதாசன் இலக்கியம்: அறியப்படாத படைப்புகள்
பாரதிதாசனும் சக்தி இதழும்
சி.வை. தாமோதரம் பிள்ளை இயற்றிய கட்டளைக்கலித்துறை
பாரதிதாசன் கவிதைகளில் பாரதியார்
பாரதிதாசனின் அரிய படைப்புகள்

In English

(ed.) *Early Studies in Tamil Prosody*

ஓவிய பாரதி

(சுதேசமித்திரன், 1934–1937)

கே.ஆர். சர்மா
பாரதி பாடல் விளக்க ஓவியங்கள்

தொகுப்பும் பதிப்பும்
ய. மணிகண்டன்

காலச்சுவடு பதிப்பகம்

அன்பார்ந்த வாசகருக்கு,

வணக்கம்.

காலச்சுவடு நூலை வாங்கியமைக்கு நன்றி.

நூலின் உள்ளடக்கம், உருவாக்கம், அட்டைப்படம் இன்ன பிற அம்சங்கள் பற்றிய உங்கள் கருத்துகளையும் ஆலோசனைகளையும் காலச்சுவடு வரவேற்கிறது. தகவல், எழுத்து, வாக்கியப் பிழைகள் தென்பட்டால் கட்டாயம் தெரிவித்து உதவுங்கள். நூல் தயாரிப்பில் கடும் குறைபாடு இருப்பின் மாற்றுப் பிரதி உங்களுக்குக் கிடைக்கக் காலச்சுவடு ஏற்பாடு செய்யும்.

மின்னஞ்சல்: publisher@kalachuvadu.com

காலச்சுவடு நாகர்கோவில் தலைமையகத்துக்கும் கடிதம் அனுப்பலாம்.

தங்கள்
எஸ்.ஆர். சுந்தரம் (கண்ணன்)
பதிப்பாளர் – நிர்வாக இயக்குநர்

ஓவிய பாரதி (சுதேசமித்திரன், 1934–1937) கே.ஆர். சர்மா வரைந்த பாரதி பாடல் விளக்க ஓவியங்கள் ✵ வரலாறு ✵ தொகுப்பும் பதிப்பும்: ய. மணிகண்டன் ✵ நூலமைப்பும் முன்னுரையும் பதிப்புரிமை: ய. மணிகண்டன் ✵ முதல் பதிப்பு: டிசம்பர் 2022 ✵ வெளியீடு: காலச்சுவடு பப்ளிகேஷன்ஸ் (பி) லிட்., 669 கே.பி. சாலை, நாகர்கோவில் 629001

காலச்சுவடு பதிப்பக வெளியீடு: 1168

oviya baraTi ✵ (Swadesamitran, 1934–1937) Illustrations of Bharathi's Poems by K.R. Sarma ✵ History ✵ Compilation, editorial format and arrangement: Ya. Manikandan ✵ © Y. Manikandan ✵ Language: Tamil ✵ First Edition: December 2022 ✵ Size: Royal ✵ Paper: 90 gsm maplitho ✵ Pages: 216

Published by Kalachuvadu Publications Pvt. Ltd., 669 K.P. Road, Nagercoil 629001, India Phone: 91-4652-278525 ✵ e-mail: publications@kalachuvadu.com ✵ Printed at Compuprint Premier Design House, Chennai 600086

ISBN: 978-81-960589-3-7

12/2022/S.No. 1168, kcp 4114, 21 (1) ass

என்னை ஆளாக்கிய
அன்புப் பெற்றோர்
திரு. வெ. யக்ஞராமன்
திருமதி. சரசுவதி யக்ஞராமன்

அன்பு அண்ணன்
திரு. ய. சங்கர் ராமன்
ஆகியோருக்கு . . .

உள்ளுறை

முகவுரை: காவிய பாரதியும் ஓவிய பாரதியும் — 13

பாரதி விளக்கம்

1. முரசு (வெற்றி யெட்டுத்) — 30
2. வா! வா!! வா!!! போ! போ!! போ!!! (ஒளிபடைத்த கண்ணினாய்) — 32
3. வந்தே மாதரம் (தாயின் மணிக்கொடி பாரீர்) — 34
4. பாப்பா பாட்டு (ஓடி விளையாடு பாப்பா) — 36
5. எங்கள் நாடு (மாரத வீரர் மலிந்த நன்னாடு) — 38
6. விடுதலை (பறையருக்கு மிங்கு தீயர்) — 40
7. விடுதலை (இந்தப் புவிதனில்) — 42
8. பண்டாரப் பாட்டு (அச்சமில்லை அச்சமில்லை) — 44
9. தொழில் (இரும்பைக் காய்ச்சி) — 46
10. அக்கினிக் குஞ்சு (அக்கினிக் குஞ்சொன்று) — 48
11. விடுதலை: சிட்டுக்குருவி (விட்டு விடுதலையாகி) — 50
12. ஆரிய தரிசனம்: ஓர் கனவு (கனவென்ன கனவே) — 52
13. பாரத தேசம் (வெள்ளிப் பனிமலையின்) — 54
14. பாருக்குள்ளே நல்ல நாடு (ஞானத்திலே) — 56
15. பாருக்குள்ளே நல்ல நாடு (தீரத்திலே) — 58
16. பாருக்குள்ளே நல்ல நாடு (நன்மையிலே) — 60
17. பாருக்குள்ளே நல்ல நாடு (ஆக்கத்திலே) — 62
18. பாருக்குள்ளே நல்ல நாடு (யாகத்திலே) — 64
19. பாருக்குள்ளே நல்ல நாடு (ஆற்றினிலே) — 66
20. பாருக்குள்ளே நல்ல நாடு (தோட்டத்திலே) — 68
21. ஸூர்ய தரிசனம் (சுருதியின் கண்முனி) — 70

22.	வெண்ணிலா (மோதவருங்கரு மேகத்திரளினை)	72
23.	[காணி நிலம்] (காணி நிலம் வேண்டும்)	74
24.	ஜய பேரிகை (ஜய பேரிகை கொட்டடா)	76
25.	குரு தர்சனம் (அன்றொருநாட் புதுவைநகர்)	78
26.	குரு தர்சனம் (பற்றியகை திருகியந்த)	80
27.	உபதேசம் (பக்கத்து வீடிடிந்து)	82
28.	[உபதேசம்] (மற்றொருநாட் பழங்கந்தை)	84
29.	வெறி கொண்ட தாய் (பேயவள் காணெங்கள்)	86
30.	ஆறு துணை (ஓம் சக்தி, கணபதி ராயன்)	88
31.	பக்தி (பக்தியினாலே இந்த)	90
32.	பக்தி (காமப் பிசாசை)	92
33.	பக்தி (ஆசையைக் கொல்வோம்)	94
34.	பக்தி (சோர்வுகள் போகும்)	96
35.	பக்தி (கல்வி வளரும்)	98
36.	லக்ஷ்மி காதல் (இந்த நிலையினிலே)	100
37.	காளி காதல் (பின்னோ ரிராவினிலே)	102
38.	முருகன் பாட்டு (வருவாய் மயில்மீ தினிலே)	104
39.	கிருஷ்ணார்ஜுன தரிசனம் (வில்லினை யெடடா)	106
40.	வேண்டும் (மனதி லுறுதி வேண்டும்)	108
41.	முத்துமாரி (உலகத்து நாயகியே)	110
42.	அழகுத் தெய்வம் (மங்கியதொர் நிலவினிலே)	112
43.	கோமதி மகிமை (தாருக வனத்தினிலே)	114
44.	பிழைத்த தென்னந்தோப்பு (வயலிடை யினிலே)	116
45.	ஞாயிறு – ஸூர்ய ஸ்துதி (கடலின் மீது)	118
46.	மகாசக்தி (சந்திர னொளியி)	120
47.	காலைப் பொழுது (காலைப் பொழுதினிலே)	122
48.	அந்திப் பொழுது (காவென்று கத்திடும்)	124

49.	வேலன் பாட்டு (வில்லினை யொத்த)	126
50.	வேலன் பாட்டு (வெள்ளலைக் கைகளை)	128
51.	வேலன் பாட்டு (ஆறுசுடர் முகங்)	130
52.	நவராத்திரிப் பாட்டு (மாதா பராசக்தி)	132
53.	சந்திரமதி பாட்டு (பேச்சுக் கிடேமேதடி)	134
54.	லக்ஷ்மிதேவி: சரண் புகுதல் (பாற்கடலிடைப் பிறந்தாள்)	136
55.	வெற்றி (எடுத்த காரியம்)	138
56.	சுதந்திரப் பெருமை (மண்ணிலின் பங்களை)	140
57.	லக்ஷ்மி பிரார்த்தனை (மலரின் மேவு)	142
58.	ஊழிக் கூத்து (வெடிபடு மண்டல)	144
59.	அக்நி தோமம் (எங்கள் வேள்விக் கூட)	146
60.	கடவுள் எங்கே இருக்கிறார்? (சொல்லடா ஹரியென்ற)	148
61.	கிளிப் பாட்டு (திருவைப் பணிந்து)	150
62.	குயில் (காட்டில் விலங்கறியும்)	152
63.	குயில் (என்றுபல பேசுவது)	154
64.	குயில் (வான நடுவிலே)	156
65.	குயில் (பண்டு நடந்ததனை)	158
66.	குயில் (காலைத் துயிலெழுந்து)	160
67.	குயில் (நந்தியே பெண்டிர் மனத்தை)	162
68.	குயில் (மூட மதியாலோ)	164
69.	குயில் (பாட்டு முடியும்வரை)	166
70.	குயில் (செத்தைக் குயில்புரிந்த)	168
71.	குயில் (நான்காநாள் என்னை)	170
72.	குயில் (மேற்றிசையி லவ்வுருவம்)	172
73.	குயில் (இறுதியிலே முன்புநாம்)	174
74.	குயில் (ஈங்கிதற்குள், வஞ்சக் குயிலி)	176
75.	குயில் (தேவனே என்னருமை)	178

76.	குயில் (ஆரோ பெரியரென்று)	180
77.	குயில் (முற்பிறப்பில் வீறுடைய)	182
78.	குயில் (செழுங்கான வேடரிலுன்)	184
79.	குயில் (விந்தையுறு காந்தமிசை)	186
80.	குயில் (பட்டப் பகலிலே பாவிமகள்)	188
81.	குயில் (மாடனுந்தன் வாளுருவி)	190
82.	குயில் (அடிபேதாய் இப்பிறவி)	192
83.	குயில் (பெண்குயிலே தொண்டைவள)	194

பிற்சேர்க்கைகள்

1.	*சுதேசமித்திரனில் சுப்பராமையர் ஓவியங்கள், 1934.*	199
2.	பாரதி பாடல்களுக்கான ஓவியங்கள் வெளிவந்த காலத்துச் *சுதேசமித்திரன்* முகப்புத் தோற்றம், 10-2-1937.	203
3.	பாரதி பாடல் ஓவியம் இடம்பெற்ற முழுப்பக்கத் தோற்றம், *சுதேசமித்திரன்*, 12-10-1935.	204
4.	கே.ஆர். சர்மா வரைந்த இதழ் முகப்புக் கருத்துப்படம், *சுதந்திரச்சங்கு*, 4-2-1933.	205
5.	*மணிக்கொடி* முதல் இதழின் முகப்பில் இடம்பெற்ற கே.ஆர். சர்மா வரைந்த கருத்துப்படம், 17-9-1933.	206
6.	*மணிக்கொடி* இதழில் வெளிவந்த கே.ஆர். சர்மாவின் ஓவியங்களும் கருத்துப்படமும், 1933, 1934.	207
7.	*மணிக்கொடி* முகப்பில் இடம்பெற்ற கே.ஆர். சர்மா வரைந்த புகழ்பெற்ற கருத்துப்படம் (தொடக்க காலத் 'தினமணி'யில் மறுவெளியீடு பெற்றது), 30-9-1934.	210
8.	*The Review of Reviews* இதழில் 'காந்தி' இதழிலிருந்து மறுவெளியீடு பெற்ற கே.ஆர். சர்மாவின் கருத்துப்படங்கள், மணிக்கொடி, 10-6-1934.	211
9.	*ஸ்ரீ சுப்ரமண்ய பாரதி கவிதாமண்டலம்* பாரதி நினைவுச் சிறப்பிதழில் கே.ஆர். சர்மா அட்டை ஓவியம், 1935.	212
10.	*ஸ்ரீ சுப்ரமண்ய பாரதி கவிதாமண்டலம்* இதழில் கே.ஆர். சர்மா ஓவியம், 1935.	213
11.	கே.ஆர். சர்மா வரைந்த சித்திரத் தொடர்கதை, *சுதேசமித்திரன்* வாரப் பதிப்பு, 4-4-1937.	214
	துணைநூற்பட்டியல்	215

முகவுரை

காவிய பாரதியும் ஓவிய பாரதியும்

ஓவியம் செய்வோம் நல்ல ஊசிகள் செய்வோம்
உலகத் தொழிலனைத்தும் உவந்து செய்வோம்

என்று பாடிய பாரதி ஓவியம் வரைய அறிந்தவரா எனத் தெரியவில்லை. தாகூர், விக்டர் யூகோ முதலியவர்களெல்லாம் கவிதைக் கலையோடு ஓவியக் கலையிலும் திறன்காட்ட முனைந்ததாக வரலாறு காட்டுகின்றது. ஏன்? பாரதியின் தாசனுக்குக்கூட ஓவியத்தில் கைவண்ணம்காட்டும் ஆற்றல் சற்றே இருந்திருக்கின்றது.

ஓவியத்தை ரசிக்கத் தெரிந்தவராக மட்டுமே பாரதியைப் பற்றி நாம் அறிகின்றோம். அவரது எழுத்துகளே ஓவியங்கள் என்று உண்மையாகவே பாராட்டலாம். அவர் கையெழுத்துக்கூட ஓவியம்போலத்தான் ஒளிர்ந்திருக்கின்றது. தனக்கு வரையத் தெரியாத ஏக்கத்தையெல்லாம் தான் நடத்திய பத்திரிகைகளில் ஓவியங்களை இடம்பெறச்செய்து தீர்த்துக்கொண்டாரோ என்று எண்ணும் அளவிற்குத் தமிழ் இதழியல் வரலாற்றில் முதன்முதலில் அவர்தான் ‘இந்தியா’ பத்திரிகையில் “கூடார்த்தச் சித்திரங்க”ளைத் *(Cartoon)* தொடர்ந்து இடம்பெறச் செய்திருக்கின்றார்.

ஓவியங்களையே கொண்ட ஒரு மாத இதழை நடத்தக்கூட அவர் கனவு கண்டிருக்கின்றார். ‘சித்ராவளி’ என்னும் பெயரில் அந்த இதழை நடத்த முயன்ற அவர் அதில் தமிழிலும் ஆங்கிலத்திலும் சித்திர விளக்கம் இடம்பெறும் என்றும் அறிவித்திருந்தார். இறுதிக் கட்ட வாழ்வில் – 1920இல் ‘அமிர்தம்’ என்னும் பெயரில் இருவார இதழொன்றை நடத்த முயன்றபோதும் அதில் ஓவியங்கள் இடம்பெறும் என்பதை “உலக முழுதிலும் அப்போதப்போது நடக்கும் செய்திகள் தெளிவான விளக்கங்களுடனும் சித்திரங்களுடனும் வெளியிடப்படும்” (பாரதி ஆய்வுகள் சிக்கல்களும் தீர்வுகளும், ப. 314) என்று அறிவிப்பில் குறிப்பிட்டிருந்தார்.

ரவிவர்மா மறைந்தபோது எழுதிய இரங்கற்பாடலில் அவரை "நன்னர் ஓவியங்கள் தீட்டி நல்கிய பெருமான்" என்று போற்றியிருந்தார் பாரதி. உரைநடையிலும் "தமது நிகரற்ற சித்திர லேகனத் திறமையால் நமது நாட்டிற்கே ஓர் பூஷணமாக விளங்கினார்" (*கால வரிசையில் பாரதி பாடல்கள், ப. 137*) எனச் சிறப்பித்திருந்தார். 'ஞானரத'த்தில் ஏறி உலாவி, பர்வதகுமாரியின் கையைப் பற்றிக்கொண்டு பறந்து திரிந்து, கந்தர்வலோகத்தின் காட்சிகளில் தன்னைப் பறிகொடுத்து, சித்திரக் காட்சி ஒன்றைக் கண்டு மனம் நடுங்கியபோது, "சித்திரத்துக்கு அஞ்சுகிறாய்" என்று பர்வதகுமாரியால் நகைக்கப்பட்ட பாரதி "கந்தர்வச் சிற்பனுடைய சித்திர சலாகை எங்கே? எனது பேதை எழுதுகோ லெங்கே?" என்று தனக்குத்தானே கேட்டுக்கொண்டிருக்கிறார். கந்தர்வநாட்டுச் சித்திரச்சாலையிலுள்ள காட்சிகளைத் தான் எப்படி எழுதிக்காட்டுவது என்று திகைத்திருக்கின்றார். சித்திரத்தில் தோன்றிய வனத்தை உண்மை வனமென்றே நம்பித் தடுமாறியிருக்கின்றார். "நமது நாட்டுச் சித்திரத்தொழிலை நாம் பாதுகாக்காமல் இருப்போமானால் இன்னும் இரண்டு, மூன்று தலைமுறைகளுக்கு அப்பால் பாரத நாட்டில் எவருக்கும் கண் தெரியாமலே போய்விடும்" (*பாரதியார் கதைக் களஞ்சியம், ப. 330*) என்றும் அறிவுறுத்தியிருக்கின்றார்.

வரையத் தெரியவில்லை என்றாலும் ரசிக்கத் தெரிந்த பாரதி சித்திரங்களின், சித்திரக் கலையின் மேன்மையைக் கொண்டாடியிருக்கின்றார். புதுவை வாழ்க்கை முடிவுபெற்றுக் கடயம், எட்டயபுரம், பாபநாசம், குற்றாலம் என்றெல்லாம் தம் கடைசி நாள்களைக் கடத்திக்கொண்டிருந்த காலத்தில் தென்காசியிலே நண்பர் மடத்துக்கடை சிதம்பரம் பிள்ளை வீட்டில் சில நாள்கள் தங்கியிருந்தார். நண்பரின் தம்பி டி.எஸ். சொக்கலிங்கத்திடம் தனக்கு ஒரு லட்ச ரூபாய் தேவை என்று சொல்லியிருக்கின்றார். எதற்கு அவ்வளவு தொகை என்று சொக்கலிங்கம் கேட்க, ஐம்பதாயிரம் ரூபாய் தனது கவிதைகளை அச்சிடும் செலவுக்கு என்று தெரிவித்திருக்கின்றார். மீதம் தொகை எதற்கு எனப் பாரதி தெரிவித்த விடை தனது கவிதைகள் சித்திரங்களோடு வெளிவர வேண்டும் என்பதில் அவருக்கிருந்த தீராத விருப்பத்தைத் தெரிவிப்பதாக அமைந்தது. பாரதிக்கும் சொக்கலிங்கத்திற்கும் இடையே அப்போது பின்வருமாறு உரையாடல் நடந்திருக்கின்றது.

சொக்கலிங்கம்: அதற்கு அவ்வளவு பணம் செலவாகுமா?

பாரதியார்: என் புத்தகங்களை அமெரிக்காவில் அச்சிட வேண்டும்.

சொக்கலிங்கம்: இங்கே அச்சிட்டால் என்ன?

பாரதியார்: உனக்குத் தெரியாது தம்பீ. உலகத்திலேயே அமெரிக்காவில்தான் சிறந்த முறையில் அச்சிடுகிறார்கள்.

சொக்கலிங்கம்: அப்படியே இருந்தாலும் அதற்கு ஒரு லட்சம் ரூபாய் வேண்டியிருக்குமா?

பாரதியார்: 50 ஆயிர ரூபாய் அச்சுக் கூலி. இன்னும் 50 ஆயிரம் ரூபாய் சித்திரக்காரனுக்கு.

சொக்கலிங்கம்: சித்திரக்காரன் எதற்கு?

பாரதியார்: என் பாட்டுக்களுக்குச் சித்திரம் போட.

அடுத்த சில மாதங்களில் பாரதி தன்னுடைய படைப்புகள் தொடர்பாக ஒரு பெரும்முயற்சியை மேற்கொண்டார். "தமிழ் வளர்ப்புப் பண்ணை" என்னும் பெயரால் பாரதியின் நூல்களையெல்லாம் வெளியிட அமைப்பு ஒன்று தோற்றம் பெற்றது. மிக விரிந்த கனவு. அந்தக் கனவு அறிக்கை வடிவம் பெற்றது. பலருக்கும் அந்த அறிக்கை அனுப்பப்பட்டது. பாரதியால் கடிதங்களும் எழுதப்பட்டன. அறிக்கையிலும் சரி கடிதங்களிலும் சரி ஓர் அம்சம் தவறாமல் முக்கியமாக இடம்பெற்றது.

> என்னுடைய பதிப்புகளில் நான் கையாளப்போகிற புதுமையான, அமெரிக்க வழியிலுள்ள முன்னேற்றங்களாலும், கதைகளில் வரும் சம்பவங்களுக்கேற்ப அழகான பொருத்தமான சித்திரங்களைக் கொண்டிருப்பதாலும் மக்கள் பிரமித்துப்போய் மனதைப் பறிகொடுத்துவிடுவார்கள். *(சித்திர பாரதி, ப. 153)*

> மூன்றாவது: இந்த நூல்கள் அச்சிடப்படும் மாதிரியே இவை ஏராளமாக விலைப்படுவதற்கொரு ஸாதனமாகும். அமெரிகா, ஐரோப்பா கண்டத்துப் பதிப்புகளைப் போல் நேர்த்தியாகவும் மனோரம்யமாகவும் நல்ல காயிதத்தில், தெளிவான எழுத்துக்களில், தெளிவாகப் பதம் பிரித்து ஆச்சர்யமான தகுந்த சித்திரங்கள் பதிப்பித்து வெளியிடுவதால், இந்நூல்கள் ஜனங்களுக்குள்ளே மிகுந்த வியப்பையும், பிரியத்தையும், விளைவித்து லக்ஷக்கணக்காக விலையாகு மென்பதில் ஸந்தேஹமில்லை. *(சித்திர பாரதி, ப. 158)*

இப்படித் தொடர்ந்து தன் கவிதைகளுக்கு ஓவியங்கள் வரையப்பட வேண்டும் என்பது அவரது பேராவலாக இருந்திருக்கின்றது. ஆனால் அவர் உயிருடன் இருந்தவரை அவரது கவிதை எதுவும் ஓவியங்களோடு பத்திரிகைகளில் இடம்பெறவில்லை; அவரது கவிதை நூல்களிலும் ஓவியங்கள் இடம்பெற்றதில்லை.

பாரதியின் இந்த நிறைவேறாத ஆசையை நிறைவேற்றும் வகையில் பிற்காலத்தில் 'தினமணி'யின் முதல் ஆசிரியராக மலர்ந்த டி.எஸ். சொக்கலிங்கம் 1925ஆம் ஆண்டு முதல்முயற்சியைப் புரிந்தார். 'தமிழ்நாடு' பொங்கல் மலரில் ஓவியங்களோடு பாரதியார் பாடல்கள் இடம்பெற்றன. இதனைச் சொக்கலிங்கத்தின் சொற்களிலேயே காணலாம்.

> அன்று அவர் சொன்னது என் மனதில் பதிந்து போய்விட்டது. நான் பத்திரிகை உலகிற்கு வந்த பின்பு பாரதியார் பாடல்களுக்கு எப்படியாவது சித்திரம் போடவேண்டும் என்று நினைத்தேன். 1925-ஆம் வருஷத்தில் பிரசுரமான 'தமிழ்நாடு' பொங்கல் மலரில் பாரதியார் பாட்டுக்கள் சிலவற்றிற்குச் சித்திரங்கள் போட ஏற்பாடு செய்தேன். அதற்குப் பின்னால் தமிழ்நாட்டில் அந்த முறை வேகமாய்ப் பரவிவிட்டது. அதைப் பார்ப்பதற்குப்

பாரதியார் உயிரோடு இல்லாவிட்டாலும் அவருடைய ஆத்மா திருப்தியடையுமென்று நினைக்கிறேன். (*எனது முதல் சந்திப்பு,* ப. 34)

காலப்போக்கில் அங்கொன்றும் இங்கொன்றுமாகப் பாரதியின் கவிதைகள் ஓவியங்களோடு இதழ்களில் வெளிவரத் தொடங்கின.

எந்தச் 'சுதேசமித்திரன்' ஓவியங்களின்றிப் பாரதியின் கவிதைகள் பலவற்றை முதலில் வெளியிட்டதோ அதே 'சுதேசமித்திரன்' 1934ஆம் ஆண்டுமுதல் முக்கியத்துவம் தந்து தொடர்ந்து நான்கு ஆண்டுக் காலத்திற்கும் மேலாக ஓவியங்களோடு பாரதியின் கவிதைகளை மீண்டும் வெளியிட்டது. பாரதி கவிதைகளின் வெளியீட்டு வரலாற்றில் இது ஒரு முக்கிய நிகழ்வு. பாரதி கவிதைகளைத் தமிழ்ச் சமூகத்தின் கவனத்திற்குப் பெரிய அளவில் 'சுதேசமித்திர'னின் இந்த முயற்சி கொண்டுசென்றது.

~

உலக சரித்திரத்திற்கு ஆதாரமாக "லண்டன் டைம்ஸ்" பத்திரிகையை இங்கிலாந்தில் சேகரித்துவைத்ததைப் போலத் தமிழ்நாட்டு வரலாற்றுக்கு ஆதாரமாகச் 'சுதேசமித்திரன்' பழைய இதழ்களைப் பாதுகாக்க வேண்டும் என்று 1921இல் பாரதி எழுதினார். ஆம், பத்தொன்பதாம் நூற்றாண்டின் இறுதி, இருபதாம் நூற்றாண்டின் முற்பகுதியின் தமிழ்ச் சமூக வரலாற்றை வரையவும் இந்திய விடுதலை இயக்க வரலாற்றை வரையவும் பேரளவு ஆதாரமாகும் கருவூலமாகத் திகழ்வன 'சுதேசமித்திரன்' நாளிதழின் பிரதிகள். ஏன் அத்தகைய முக்கியத்துவம்? அதுதான் தமிழின் முதல் நாளிதழ் என்னும் வரலாறு கொண்டது; வரலாற்றைப் படைத்தது. அரை நூற்றாண்டு உலக – இந்திய – தமிழக வரலாற்றைத் தன்னகத்தே பொதிந்து வைத்திருப்பது. "தீங்கற்ற சென்னைத் தினசரி" எனப் பாரதிதாசனாலும் ஒருகட்டத்தில் பாராட்டப்பட்ட பெருமை 'சுதேசமித்திர'னுக்குண்டு.

1882இல் தொடங்கப்பட்ட இவ்விதழ் வார இதழாகவும் வாரம் இருமுறை இதழாகவும் வாரம் மும்முறை இதழாகவும் நடைபோட்டு 1899 முதல் நாளிதழாக வடிவம் பெற்றது. இவ்விதழைத் தொடங்கி 1915 வரை நடத்தியவர் ஜி. சுப்பிரமணிய ஐயர். இவர், தமிழ்நாட்டின் புதிய விழிப்புக்குக் காரணமான ஆதிகர்த்தாக்களில் ஒருவராக இராமலிங்க அடிகளை அடுத்துப் பாரதியால் குறிப்பிடப்பட்ட பெருமைக்குரியவர். இந்திய விடுதலை இயக்க வரலாற்றிலும் இந்திய அளவில் முதன்மையானவர்களில் ஒருவர். இவர் ஆசிரியராக விளங்கிய காலத்தில்தான் பாரதி உதவி ஆசிரியராகச் 'சுதேசமித்திர'னில் பணியில் சேர்ந்தார். அப்போதே பாரதியின் கவிதைகள் 'சுதேசமித்திர'னில் இடம்பெறத் தொடங்கிவிட்டன. 'இந்தியா' இதழில் செயல்படத் தொடங்கியபோதும் புதுவை வாழ்க்கையின்போதும் (19.5.1907–4.2.1915) பாரதி 'சுதேசமித்திர'னில் எதுவும் எழுதியதாகத் தெரியவில்லை; கிடைக்கவில்லை.

1915இல் 'சுதேசமித்திர'னின் நிருவாகத்தையும் ஆசிரியப் பொறுப்பையும் அரசியல் மேதை எனப் பின்னாளில் போற்றப்பட்ட ஏ. அரங்கசாமி

ஐயங்கார் ஏற்றுக்கொண்டார். 'சுதேசமித்திர'னை அவரிடம் ஒப்படைத்த ஜி. சுப்பிரமணிய ஐயர் அடுத்த ஆண்டு 1916 ஏப்ரல் 18இல் காலமானார். பாரதிக்கு உதவும் எண்ணம் கொண்ட அரங்கசாமி ஐயங்கார் பாரதி விரும்புவதை எழுதலாம், இயன்றதை வெளியிடுவோம், எழுதினாலும் எழுதாவிட்டாலும் மாதம் முப்பது ரூபாய் 'சுதேசமித்திர'னிலிருந்து வந்து சேரும் என்று தெரிவித்தார். கதைகள், கட்டுரைகள், கவிதைகள் எனப் பன்முகப் படைப்புகளையும் எழுதினார் பாரதியார். இக்காலத்தில் அவர் எழுதிக் குவித்தவை ஏராளம். புதுவையிலிருந்து வெளியேறிய பாரதி 1920இல் உதவி ஆசிரியராகப் பணியில் சேர்ந்தபோதும் அரங்கசாமி ஐயங்கார்தான் 'சுதேசமித்திர'னின் ஆசிரியர். 1915இல் 'சுதேசமித்திரன்' நிருவாகத்தை அரங்கசாமி ஐயங்கார் ஏற்றுக்கொண்ட காலத்திலிருந்து அவருக்கு உதவியாக உடனிருந்து இதழின் நிருவாகத்தைக் கவனித்து வந்தவர் ஸி.ஆர். ஸ்ரீனிவாசன். பாரதியின்மீது மிகுந்த ஈடுபாடு கொண்டவர். உதவி ஆசிரியராகச் சேரும் தருணத்தில் இதழின் அலுவலகத்திற்குள் வந்த பாரதி முதலில் சந்தித்தது இவரைத்தான். அந்தச் சந்திப்பைப் பிற்காலத்தில் நினைவுகூர்ந்த ஸ்ரீனிவாசன் அப்போதே தான் பாரதிக்குத் தாசனாகிவிட்டதாகக் குறிப்பிட்டிருக்கின்றார். பாரதியின் மறைவிற்குப் பிந்தைய காலத்தில் 1928இல் 'சுதேசமித்திரன்' ஆசிரியர் பொறுப்பை ஸி.ஆர். ஸ்ரீனிவாசனிடம் ஒப்படைத்துவிட்டு 'இந்து' நாளிதழின் ஆசிரியர் பொறுப்பை அரங்கசாமி ஐயங்கார் ஏற்றார். தொடர்ந்து 'சுதேசமித்திர'னின் நிருவாக இயக்குநராகவும் விளங்கினார்.

'சுதேசமித்திரன்' ஆசிரியராக ஸி.ஆர். ஸ்ரீனிவாசன் விளங்கிய காலத்தில்தான் பாரதி உயிரோடு இருந்த காலத்தில், முந்தைய இரு ஆசிரியர்களின் காலத்தில் ஓவியங்கள் ஏதுமின்றி வெளிவந்த பாரதியின் கவிதைகளும், பின்னர் நூல்களில் இடம்பெற்ற கவிதைகளும் 'சுதேசமித்திர'னில் முதன்முறையாகத் தொடர்ந்து கே.ஆர். சர்மாவின் ஓவியங்களோடு நான்காண்டுக் காலத்திற்கும் மேலாக வெளிவந்தன. இந்த ஓவியங்கள் வெளிவரத் தொடங்கும் தருணத்திற்குச் சற்று முன்னதாக 1934 பிப்ரவரி 5ஆம் தேதி அரங்கசாமி ஐயங்கார் மரணமடைகின்றார். கே.ஆர். சர்மாவின் முதல் ஓவியம் 'சுதேசமித்திர'னில் 1934 மார்ச் 31இல் வெளிவந்தது.

~

தமிழின் பழம்பெரும் நாளிதழான 'சுதேசமித்திரன்' வாயிலாக நூற்றுக்கும் மேலான பாரதி பாடல்கள் ஓவியங்களோடு வெளிவந்த பெருநிகழ்வு ஒன்று இப்படி நடந்தேறியது தமிழ்ச் சமூகத்தின் நினைவிலிருந்து அடுத்த பத்தாண்டுகளில் அடியோடு இல்லாமல் போய்விட்டது; பாரதியியலிலும்தான். 1957இல் பாரதியியல் முன்னோடி அறிஞர் ரா.அ. பத்மநாபன் 'சித்திர பாரதி' நூலை வெளியிட்டபோது அதில் இடம்பெற்ற ஓர் ஓவியம்தான் மீண்டும் அந்த வரலாற்று நிகழ்வைப் பாரதியியலில் நினைவுக்குக் கொண்டுவந்தது. 'சித்திர பாரதி'யில் பாரதியால் புதுச்சேரி வாழ்க்கையின்போது குருவாகப் போற்றப்பட்ட குள்ளச்சாமியைப் பற்றிக்

குறிப்பிடுமிடத்தில் ஓர் ஓவியம் இடம்பெற்றிருந்தது. அதன்கீழ், “பாரதி குள்ளச்சாமி சந்திப்பு: ‘அன்றொரு நாட் புதுவை நகர்தனிலே’ இருவரும் சந்தித்ததை விளக்கும் கே.ஆர். சர்மா ஓவியம் (1930). தலைப்பாகையற்ற பாரதி. அக்காலத்தில் ‘சுதேசமித்திர’னில் தொடர்ச்சியாக வந்த பாரதி பாடல் சித்திரங்களில் இது ஒன்று” என்னும் குறிப்பு காணப்பட்டது. இந்த ஓவியமும் குறிப்பும்தான் ‘சுதேசமித்திர’னில் வெளிவந்த கே.ஆர். சர்மாவின் பாரதி கவிதைக்கான ஓவியத்தை ஞாபகத்திற்குக் கொண்டுவந்தன.

பாரதி என்றதுமே நினைவில் தோன்றும் சித்திரம் முறுக்கு மீசையும் முண்டாசுத் தலைப்பாகையும். ‘சுதேசமித்திர’னிலிருந்து ‘சித்திர பாரதி’ எடுத்தளித்த இந்தச் சித்திரமோ தலைப்பாகை இல்லாத முன்வழுக்கை கொண்ட பாரதியின் தோற்றத்தை அறிமுகப்படுத்திவைத்தது. இந்த வித்தியாசமான தோற்றச் சித்திரம் சிலருடைய நெஞ்சங்களில் அழுத்தமாக இடம்பிடித்துக்கொண்டது. ஆனாலும் பரவலாகவும் பொதுவெளியிலும் இந்த நிகழ்வும் இந்தச் சித்திரமும் கவனம் பெறவில்லை.

‘சுதேசமித்திர’னில் தொடர்ச்சியாக வந்த சித்திரங்கள் என்று ரா.அ. பத்மநாபன் குறிப்பிட்டபோதிலும் இந்தச் சித்திரங்களைத் தேடும் முயற்சியோ கண்டெடுத்து வழங்கும் முயற்சியோ நிகழாமலேயே போய்விட்டது. மேலும் ஓவியங்கள் வெளிவந்த ஆண்டை 1930 என ரா.அ. பத்மநாபன் குறிப்பிட்டதை நம்பி 1930ஆம் ஆண்டின், அடுத்தடுத்த ஆண்டுகளின் ‘சுதேசமித்திரன்’ இதழ்களில் தேடினாலும் கிடைக்க வாய்ப்பில்லை. 1934ஆம் ஆண்டில்தான் ஓவியங்கள் வெளிவரத் தொடங்கின (ரா.அ.ப. கூற்றை நம்பிப் பல நாள்களும் பெருந்தொகையும் செலவுசெய்து நான் ஏமாந்தது தனிக்கதை).

பாரதி பாடல்களுக்காக வரைந்த ஓவியங்களுள் ஒன்று மட்டுமே கிடைத்திருந்த நிலையில், அறிமுகம் பெற்றிருந்த நிலையில் ‘சுதேசமித்திர’னில் இடம்பெற்ற எண்பத்துமூன்று ஓவியங்கள் இப்போது கண்டெடுக்கப்பட்டுள்ளன. பாரதியியலை வளப்படுத்தும் வகையில் அவையெல்லாம் இப்பொழுது ஒரு தொகுதியாக நூல் வடிவம் பெறுகின்றன.

இந்த ஓவியங்களையெல்லாம் வரைந்தவர் கே.ஆர். சர்மா. 1934–1937 ஆண்டுக் கால இடைவெளியில் அவர் வரிசை எண் தந்து நூற்றுப்பத்தொன்பது ஓவியங்களை வரைந்துள்ளார் என்று தெரிகிறது. 119 ஓவியங்களில் 83 ஓவியங்கள் கிடைத்துள்ளன. இதற்கு மேலும் பாரதி கவிதைகளுக்குச் சர்மா ஓவியங்களை வரைந்திருக்க வேண்டும். ஆனால் பிந்தைய காலச் ‘சுதேசமித்திரன்’ இதழ்கள் கிடைக்கவில்லை. ஒரு கவிதைக்கே பல ஓவியங்கள் வரைந்த நிலையையும் ‘குயில் பாட்டு’ படைப்பிற்காக ஏறத்தாழ 50 ஓவியங்கள் வரைந்த நிலையையும் இந்த ஓவியங்கள் காட்டுகின்றன. “பாரதி விளக்கம்” என்னும் தலைப்பில் வாரந்தோறும், இடைவெளி விட்டும் பாரதியின் கவிதைகள் சர்மாவின் ஓவியங்களோடு ‘சுதேசமித்திரன்’ இதழில் வெளிவந்திருக்கின்றன. ஆங்கிலத்தில் ஒவ்வொரு படத்திலும் “*K.R. Sarma*” என்னும் பெயரையும் தொடர் வரிசை எண்ணையும் ஓவியங்களில் அவரே குறிப்பிட்டுள்ளார்.

பாரதியின் கவிதைகளைக் காட்சிப்படுத்தும் இந்த ஓவியங்களுள் 21 ஓவியங்களில் பாரதியின் தோற்றங்கள் தலைப்பாகை இல்லாமல் சித்திரிக்கப்பட்டுள்ளன. 13 ஓவியங்களில் அவர் தலைப்பாகை அணிந்திருக்கிறார். பாரதியின் ஓவியங்களை வரைந்த எவரும் தலைப்பாகை இல்லாமலும் வழுக்கைத் தலையுடனும் வரைந்ததில்லை. ஆயினும் பாரதியை நேரில் கண்ட வ.ரா., தமிழ்க் கடல் ராய. சொக்கலிங்கம், எஸ். ஆர். சுப்பிரமணியம் முதலிய சிலரின் எழுத்துச் சித்திரத்தில் பாரதியின் வழுக்கைத்தலைத் தோற்றம் எடுத்துரைக்கப்பட்டுள்ளது. பாரதியின் தலை வழுக்கை பற்றிப் பாரதியாரோடு நேரடியாக, நெருக்கமாகப் பழகிய வ.ரா. வும் பாரதிதாசனும் சுவைபட வருணித்திருக்கின்றனர்.

> பேர்பாதிக்கு அதிகமாக அவர் தலை வழுக்கை. இந்த வழுக்கையை மறைத்து மூடுவதற்காக, கங்குக் கேசத்தை இரண்டு பக்கங்களிலிருந்து உச்சித்தலைக்குக் கொண்டுபோய் அதைப் படியச் செய்யும் பாரதியாரின் கவலை நிரம்பிய முயற்சி, சிறு பிள்ளைகளுக்குச் சிரிப்பை உண்டாக்கலாம். தலைமயிரைச் சிங்காரிப்பதில், அவர் அரைமணி நேரத்துக்குமேல் செலவழிப்பார். நாளைக்கு ஒரு மாதிரியாகத் தலைமயிர் அணிவகுப்பு. (மகாகவி பாரதியார், பக். 68–69)

என்பது வ.ரா. வாசகம்.

பாரதியின் வழுக்கைத் தலை குறித்து ஒருமுறை பாரதிதாசன், சருவோதயத் தலைவர் எஸ்.ஆர். சுப்பிரமணியம் முதலியோர் உரையாடிக் கொள்ளும் சூழல் அமைந்தது. "தலைப்பாகை இல்லாமல் பாரதியார் எப்படியிருப்பார்?" என எஸ்.ஆர். சுப்பிரமணியம் கேட்கப் பாரதிதாசன், "தலை வழுக்கையுடன், முண்டாசு இல்லாத பாரதி மிகவும் அழகாயிருப்பார். பாரதி முண்டாசு அணிந்ததே தலை வழுக்கையை மறைக்கத்தான்" (பாவேந்தர் – ஒரு பல்கலைக்கழகம், ப. 328) எனக் கூறியிருக்கின்றார். பின்னாளில் வழுக்கைத் தலைப் பாரதி தோற்றத்தில் உருவச்சிலை ஒன்றை அமைக்கப் பாரதிதாசனும் நண்பர்களும் முயன்றிருக்கின்றனர். வழுக்கைத் தலைப் பாரதியின் சிற்பம் வடிக்கப்பட்டுவந்த தருணங்களில் சுமார் இரண்டு மாதங்கள் பள்ளிக்கூடம் போகும்போதும் பள்ளி விட்டுத் திரும்பும்போதும் உருவாகிவரும் சிலையைப் பாரதிதாசன் பார்ப்பாராம். அந்தத் தருணங்களில் பாரதிதாசன் எப்படி இருந்தார் என்பதை,

> சுமார் இரண்டு மாதங்கள் தினமும் காலையில் பள்ளிக்கூடம் போகும்போதும் 11-30க்குப் பள்ளிவிட்டுத் திரும்பி வரும்போதும் சிலையைப் பார்ப்பார். அந்தச் சிலையை உருவாக்குவதில், கவிதை எழுதும்போது சிகரெட்கூட ஊதாமல் எப்படி உணர்ச்சியின் உருவாய் இருப்பாரோ, அவ்வித உணர்வோடு இருப்பார். வேறு எதிலும் அவ்வித அக்கறை காட்டியதை நான் கண்டதில்லை. (பாவேந்தர் – ஒரு பல்கலைக்கழகம், ப. 329)

என எஸ்.ஆர். சுப்பிரமணியம் படம்பிடித்துக் காட்டியிருக்கும் காட்சி பாரதியின் மீதான பாரதிதாசனின் எல்லையற்ற ஈடுபாட்டின் மற்றுமொரு நிகழ்வுச் சாட்சியமாகவும், வழுக்கைத் தலைப் பாரதியின் சிற்பத்தை உருவாக்குவதில் பாரதிதாசன் கொண்டிருந்த அக்கறையின் சாட்சியமாகவும் திகழுகின்றது. வழுக்கைத் தலைப் பாரதியைச் சிற்பமாக்கும் முயற்சி நிறைவுபெற்றபோதும் இன்று அறிய முடியாத ஏதோ ஒரு சூழலால் அந்தச் சிலை சக்தி கோவிந்தனுக்கு விற்கப்பட்டிருக்கின்றது. பின்னாள்களில் சக்தி கோவிந்தன் குடும்பத்தாருடன் தொடர்புகொண்டு விசாரித்தபோது சிற்பம் அப்போது அவர்களிடத்தில் இல்லை என்பது தெரிந்தது. பாரதியார் சிலை எனத் தெரியாமல் காரைக்குடியில் எவர் வீட்டிலோ அது அலங்காரப் பொருளாக இருக்கக்கூடும் என எஸ்.ஆர். சுப்பிரமணியம் குறிப்பிட்டுள்ளார். வழுக்கைத் தலைப் பாரதி சிற்ப வடிவம் பெற்றபோதும் சிலை நமக்குக் கிடைக்கவில்லை. ஆனாலும் வழுக்கைத் தலைப் பாரதி ஓவியமானபோது வரையப்பட்ட ஓவியங்கள் இப்போது முதன்முறையாக ஏராளமாக நமக்குக் கிடைத்துள்ளன.

வ.ரா.வும் பாரதிதாசனும் வருணித்த இந்த வழுக்கைத் தலைப் பாரதியைச் சர்மாவின் ஓவியங்களில் நாம் காண்கிறோம். இந்த ஓவியங்களையெல்லாம் வரைந்த சர்மா ஒருவேளை பாரதியை நேரில் கண்டவராக இருக்கக்கூடும். அல்லது நேரில் கண்டவர்களின் சித்திரிப்பை மனத்திற்கொண்டு இத்தகைய தோற்றங்களை வரைந்திருக்க வேண்டும். கே.ஆர். சர்மாவின் ஓவியங்கள் வெளிவந்த காலத்தில் ‘சுதேசமித்திர’னின் ஆசிரியராக இருந்த ஸி.ஆர். ஸ்ரீனிவாசன் பாரதியோடு நெருங்கிப் பழகியவராதலால் பாரதியின் வழுக்கைத் தலைத் தோற்றம் உள்ளிட்ட தோற்றச் சித்திரிப்புகளுக்கு அவரது ஆலோசனை முக்கியமான நிலையில் செல்வாக்குச் செலுத்தியிருக்கும் என்பதில் ஐயமில்லை. ஓவியங்களை வெளியிடுவது எனத் தீர்மானித்த சூழலில் சில காலம் முன்புவரை உயிருடன் இருந்த அரங்கசாமி ஐயங்காரின் ஆலோசனைகளையும் கே.ஆர். சர்மா பெற்றிருக்க வாய்ப்புண்டு. நமக்குத் தெரிய வழுக்கைத் தலைப் பாரதி, தலைப்பாகைப் பாரதி என்னும் பாரதியின் இருவகைத் தோற்றங்களையும் சித்திரித்த ஒரே ஓவியராகச் சர்மாவே வரலாற்றில் இடம்பெறுகின்றார். பாரதியார் பாடல்களில் ஆழ்ந்து திளைத்தவராக சர்மா இருந்திருக்கக்கூடும் என்பதனைச் சித்திரங்களின் காட்சிப்படுத்தும் தன்மை உணர்த்துகின்றது. நூற்றாண்டுக்கும் மேலான வரலாற்றில் பாரதியின் கவிதைகளுக்கு இத்தனை ஓவியங்களை ஒரு நாளிதழில் வரைந்த இன்னோர் ஓவியர் இருப்பாரா என்பது ஐயமே.

~

பாரதியியலில் பாரதி ஓவியங்களை முன்னோடியாகவும் முக்கியத்துவம் உடையனவாகவும் மிகுதியாகவும் வரைந்தவர் என்னும் இடத்தைக் கே.ஆர். சர்மா பெறுகிறார். இருபதாம் நூற்றாண்டில் தமிழ் மண்ணில் மலர்ந்த ஓவியர்கள் பலரும் அறியப்பட்ட அளவிற்குக் கே.ஆர். சர்மா

இன்று கவனம் பெற்றவராக இல்லை. ஆனால் 1930கள் தொடங்கி அவர் குறிப்பிடத்தக்க ஓவியராகவும் கூடார்த்தப் படங்கள் வரைபவராகவும் உலக அளவில் அங்கீகாரம் பெற்றவராகவும் நாளிதழ்கள், வார இதழ்களில் கோலோச்சியவராகவும் இருந்திருக்கின்றார். அவருடைய ஓவியங்களையும் கூடார்த்தப் படங்களையும் சேகரித்து ஒரு தொகுதியாகத் தமிழ்ச் சமூகம் இதுவரை கண்டதாகத் தெரியவில்லை.

முப்பதுகளில் தேசியத்தை முன்னெடுத்த இதழ்களுள் முக்கியமானது டி. எஸ். சொக்கலிங்கம் நடத்திய 'காந்தி'. 1931 முதல் தொடக்கம் பெற்ற 'காந்தி' இதழ் கூடார்த்தப் படங்களை வெளியிடத் தொடங்கிய வரலாற்றையும், தமிழில் கூடார்த்தப் படங்கள் பத்திரிகைகளில் இடம்பெறத் தொடங்கிய வரலாற்றையும் "கார்ட்டூன் வரலாறு" என்னும் தலைப்பிட்டுத் தேவிதாசன் என்னும் புனைபெயரில் எழுதிய டி.எஸ். சொக்கலிங்கம் கே.ஆர். சர்மாவின் முதன்மை இடத்தையும் தனித்தன்மையையும்,

> தமிழ் நாட்டில் ஓவிய நிபுணர்கள் பலர் இருந்தும், கூடார்த்தப் படங்களின் லட்சணங்களையோ விகடப் படங்களின் லட்சணங்களையோ அறிந்து எழுதுகிறவர்கள் ஒன்றிரண்டு பேர்தான் இருக்கிறார்கள். இவர்களில் ஸ்ரீ. கே.ஆர். சர்மாவையே முதன்மையாகச் சொல்லலாம். ஸ்ரீ. சர்மா ஆயில் பெயிண்டிங்ஸ் என்ற வர்ண சாயல் படங்கள் எழுதுவதில் மிக சமர்த்தர். சாயல்படம் எழுதுவதில் சமர்த்தர்களாயிருப்பவர்களுக்கு கூடார்த்தப் படங்களில் வரும் ஆட்களின் சாயலை அப்படியே போடுவது சுலபம். மேலும் குணவிசேஷங்களையோ, மனோபாவங்களையோ முகத்தில் காட்டும்படியான படங்கள் வரைவதில் ஸ்ரீ. சர்மா சமர்த்தர். ஆகவே சென்னையில் கூடார்த்தப் படங்கள் என்ற கார்ட்டூன்கள் வரைவதிலும், விகடப்படங்கள் வரைவதிலும் ஸ்ரீ. சர்மா முதன்மையாக நிற்பதில் ஆச்சரியம் ஒன்றுமில்லை. (*காந்தி மலர்*, ஏப்ரல்-மே 1933, பக். 103-104)

என எடுத்துரைத்துள்ளமைகொண்டு இருபதாம் நூற்றாண்டின் முற்பகுதியில் ஓவியக் கலையில், கூடார்த்தச் சித்திர வரைகலையில் கே.ஆர். சர்மாவின் இடத்தை இன்று அறியமுடிகின்றது.

மறுமலர்ச்சித் தமிழ் இலக்கியத்தின் தலைவாசலில் மலர்ந்த 'மணிக்கொடி' இதழின் முதல் வெளியீட்டிலேயே கே.ஆர். சர்மாவின் கூடார்த்தச் சித்திரம் இடம்பெற்றது. தொடர்ந்து அவரது ஓவியங்களும் கூடார்த்தச் சித்திரங்களும் 'மணிக்கொடி'யில் இடம்பெற்று வந்தன. முகப்புப் பக்கக் கருத்துப் படங்களாகவும் இடம்பெற்றிருக்கின்றன. கதைகள், கட்டுரைகளிலும் அவரது ஓவியங்கள் இடம்பெற்றிருக்கின்றன. பாரதியைக் குறித்த அவரது ஓவியங்களைப் போலவே தாகூரைக் குறித்த அவரது ஓவியமும் சார்லி சாப்ளின் ஓவியமும் நம் கவனத்தை ஈர்க்கின்றன. அக்காலத்தில் வெளிவந்த முக்கியமான இதழும் மணிக்கொடிக்கு முன்பிலிருந்தே வெளிவந்ததுமான 'காந்தி' இதழிலும் அவரது ஓவியங்கள்,

கூடார்த்தச் சித்திரங்கள் தொடர்ந்து இடம்பெற்றிருக்கின்றன. 'காந்தி' இதழில் வெளிவந்த அவரது இரு கூடார்த்தச் சித்திரங்கள் உலக அளவில் கவனம் பெற்றிருக்கின்றன. இங்கிலாந்திலிருந்து வெளிவந்த '*The Review of Reviews*' பத்திரிகையில் அவரது இரு கருத்துப் படங்கள் மீளவும் எடுத்து வெளியிடப்பட்டிருக்கின்றன. அந்தச் சந்தர்ப்பத்தில் பி.எஸ். ராமையா 'மணிக்கொடி'யில், "பிற நாட்டில் மதிப்பு பெற்ற கூடார்த்தப் படங்கள்" என்னும் தலைப்பில் ஒரு சிறப்புக் கட்டுரையை எழுதியிருந்தார். அதிலே ஓவியர் கே.ஆர். சர்மா வெளிநாட்டில் பாராட்டப்பெற்ற நிகழ்வைப் பின்வருமாறு விவரித்திருந்தார்.

> நமது நாட்டில் கூடார்த்தப் படங்கள் எழுதும் தொழில் குழந்தைப்பருவத்தில்தானிருக்கிறது. இன்று நமது நாட்டில் கூடார்த்தச் சைத்திரிகர்களை கைவிரல்களால் எண்ணிவிடலாம். ஆயினும், அவ்வளவு சிறிய தொகையினரிலும், உலகப் பிரசித்திபெற யோக்கியதையும், திறமையுமுடைய சைத்திரிகர்களு மிருக்கிறார்கள் என்பது இந்தியருக்குப் பெருமைதரும் ஒரு விஷயமாகும்.
>
> அதிலும், அவ்வாறு வெளிநாட்டினரால் பாராட்டி மெச்சப்படும் கூடார்த்தப் படங்கள் எழுதிய ஒன்றிருவரும் தமிழர்கள் என்பது, நம்மவர்களுக்கு விசேஷப் பெருமை யளிப்பதாக விருக்கிறது.
>
> "ரெவ்யூ ஆப் ரெவ்யூஸ்" என்பது இங்கிலாந்தில் பிரசுரிக்கப்படும் மாதமிருமுறைப் பத்திரிகை. அது உலக நிகழ்ச்சிகளைப் பற்றி, அந்தந்த மாதம் ஒவ்வொரு நாட்டிலும் பத்திரிகைகள் என்ன அபிப்பிராயத்தை வெளியிடுகின்றன என்பதை ஆராய்ந்து, அவற்றைத் திரட்டிப் பிரசுரிக்கிறது. அந்த அபிப்பிராயங்களின் அஸ்திவாரத்தைக்கொண்டு, தனது மொத்தமான அபிப்பிராயத்தையும் வெளியிடுகிறது....
>
> நமது தமிழ் பத்திரிகைகளிலே தீவிரமான ராஜியக் கொள்கைகளுடன் சேவைசெய்து வரும் "காந்தி"ப் பத்திரிகையையும் தமிழர்கள் நன்றாக அறிவார்கள். "காந்தி"யில் வெளியாகும் ராஜீயக்குறிப்புகளுக்கு நல்ல மதிப்புண்டு என்பதை இங்கு எடுத்துக்காட்டவேண்டிய அவசியமில்லை....
>
> "காந்தி"யில் வெளியான இரண்டு கூடார்த்தப் படங்களை "ரெவ்யூ ஆப் ரெவ்யூஸ்" எடுத்துப் பிரசுரித்திருக்கிறது. அந்தப் படங்களிரண்டும் இங்கு தரப்படுகின்றன. அவைகள் இரண்டு தனி விஷயங்களைப் பற்றிய அபிப்பிராயங்கள்தாம்.
>
> ஒரு சிறிய படத்தில், ஒரு குறிப்பிட்ட சமயத்தில் நாடு என்ன நினைக்கிறது, தேசத்தினரின் பொதுமனம் என்ன அபிப்பிராயப்படுகிறது என்பதை விளக்கவல்ல இராஜீய அறிவும், அதை வெளியிடும் சக்தியும் படைத்த "காந்தி"ப் பத்திரிகை

தமிழர்களுடையது என்றால், அது நமக்கெல்லாம் பெருமை தரக்கூடிய ஒரு விஷயம். அந்த இரண்டு படங்களையும் எழுதியவர் ஸ்ரீமான். கே. ஆர். சர்மா அவர்கள்.

ஸ்ரீமான் சர்மாவும், ஸ்ரீமான் சங்கரும் தமிழர்கள்.

நமது மாகாணத்தவரான அவ்விருவரும், தமிழ் பத்திரிகையான "காந்தி"யும் அடைந்த கௌரவம், நமது கௌரவமும் பெருமையுமாகும். (*மணிக்கொடி*, *10.6.1934*, ப. *11*)

இந்த வரலாறுகளையெல்லாம் மனம்கொண்டு ஆ.இரா. வேங்கடாசலபதி எழுதியுள்ள பின்வரும் குறிப்பு இத்தொடர்பில் கவனத்திற்கொள்ளத்தக்கதாகும்.

*1930*களில்தான் கருத்துப்படங்கள் வரையும் ஓவியர்கள் தனித்த கவனம் பெறலானார்கள். பாரதியின் 'இந்தியா', 'தேசபக்தன்', 'தமிழ்நாடு' ஆகிய ஏடுகளில் கருத்துப்படங்களைத் தீட்டியோரின் பெயர்கள்தாமும் தெரியாமலிருக்க, இக்கால கட்டத்தில் அவர்கள் பெயர் பெறத் தொடங்கினர். இதன் தொடர்பில் முதலில் குறிப்பிடப்பட வேண்டியவர் கே.ஆர். சர்மா... இவர் 'காந்தி'யிலும் 'மணிக்கொடி'யிலும் வரைந்திருக்கிறார். தத்ரூபமான (எண்ணெய்) வர்ணப்படங்கள் வரைவதிலும், புரோமைடு வழிப் படங்களைப் பெரிதாக்கும் வேலையிலும், நூல்கள், விலைப்பட்டியல்கள் போன்றவற்றுக்குப் படங்களும் அச்சுக்கட்டைகளும் தயாரிப்பதிலும் இவர் ஈடுபட்டிருந்திருக்கிறார் எனக் 'காந்தி'யில் வெளியான ஒரு விளம்பரம் தெரிவிக்கின்றது. (*அந்தக் காலத்தில் காப்பி இல்லை*, பக். *101-102*)

முப்பதுகளில் தமிழ் இதழியலில் பல்வேறு தரப்பினரின் இதழ்களிலும் ஓவியங்களும் கூடார்த்தச் சித்திரங்களும் வரைந்த முதன்மையாளராகச் சர்மா விளங்கியிருக்கின்றார். 'காந்தி', 'மணிக்கொடி' யோடு 'சுதந்திரச்சங்கு' இதழிலும் அட்டைப்படம் தொடங்கிப் பல கூடார்த்தச் சித்திரங்களை வரைந்திருக்கின்றார் சர்மா.

தொடக்க காலத் 'தினமணி' இதழிலேயே சர்மாவின் ஓவியம் இடம்பெற்றிருக்கின்றது. கேலிச்சித்திரமாக அமைந்த அந்தப் படம் சர் சண்முகம் செட்டியாரை ஆறுமுகம்கொண்ட முருகனாகக் காட்டியதாகும். இந்தப் படம் 'மணிக்கொடி'யிலிருந்து எடுத்து வெளியிடப்பட்டதாகும் (ரா.அ. பத்மநாபன், *தமிழ் இதழ்கள்*, *1915–1966*, பக். *108*, *109*). ஒருபக்கம் சர்மாவின் ஓவியச் செல்வாக்கை இந்த மறுவெளியீடு காட்டுகின்றது. இன்னொருபக்கம் 'மணிக்கொடி'யின் செல்வாக்கு 'தினமணி' இதழில் எவ்வாறு அமைந்தது எனக் காட்டுவதாக உள்ளது.

இவையெல்லாம் ஒருபுறமிருக்கத் தமிழ்க் கவிதை உலகத்தில் பாரதிக்குப்பின் மாபெரும் கவிஞராக மலர்ந்துகொண்டிருந்த பாரதிதாசன் அதே காலகட்டமான 1935இல் ஒரு சோதனை – சாதனை முயற்சியைப் புரிந்தார். 'ஸ்ரீ சுப்ரமண்ய பாரதி கவிதாமண்டலம்' என்னும் பெயர்கொண்டு

புதுச்சேரியிலிருந்து தமிழ் வரலாற்றில் முதல்முதலாகக் கவிதைக்கென்றே ஒரு திங்களிதழை அவர் தொடங்கினார். தன் பெயர் பொறித்து அவர் ஆசிரியராக விளங்கிய முதல் இதழும் இதுதான். இத்தகைய வரலாற்றுச் சிறப்புமிக்க இதழ் ஆறு வெளியீடுகளே வெளிவந்தன. ஓரிதழின் (பாரதி நினைவுச் சிறப்பிதழ்) அட்டைக்குச் சர்மா வண்ண ஓவியம் ஒன்றைத் தீட்டியிருந்தார். 'ஸ்ரீ சுப்ரமண்ய பாரதி கவிதாமண்டலம்' இதழில் இடம்பெற்ற கவிதைகளுக்காக மொத்தம் பத்து ஓவியங்களைக் கே.ஆர். சர்மா தீட்டியிருந்தார். அட்டை ஓவியத்தோடு சேர்த்துப் பதினொன்று. இதழாளர்கள் ஒரே ஓவியத்தை ஒன்றுக்கு மேற்பட்ட கவிதைகளுக்கும் பயன்படுத்திக்கொண்டிருந்தனர். பாரதிதாசனின் 'ஸ்ரீ சுப்ரமண்ய பாரதி கவிதாமண்டலம்' இதழையும் அணிசெய்த ஓவியங்கள் கே.ஆர். சர்மாவின் ஓவியங்களாகும். அக்காலகட்டத்தில் 'மணிக்கொடி'யில் கவிதைகளைப் பாரதிதாசன் எழுதிவந்திருக்கின்றார். அத்தொடர்பின் விளைவாக சர்மாவின் ஓவியங்களைப் பெற்றுப் பாரதிதாசன் பயன்படுத்தியிருக்கக்கூடும்.

இந்த இடத்தில் மனங்கொள்ள வேண்டிய செய்தி ஒன்றுண்டு. கே.ஆர். சர்மாவையும் திருவள்ளுவர் ஓவியத்தை வரைந்த கே.ஆர். வேணுகோபால சர்மாவையும் ஒருவரே எனக் கருதும் நிலையும் அரிதாக உள்ளது.

மேலோட்டமாகப் பார்க்கும்போது பெயரமைப்பு ஒப்புமைத்தன்மை உடையதெனினும் வேறுபட்டே விளங்குகின்றது. வேணுகோபால சர்மா பாரதிதாசனோடு நெருங்கிப் பழகியவர். அவ்வாறு பழகியதை விரிவாக எழுதியுமிருக்கின்றார். பத்துப் பக்க அளவில் பாரதிதாசனுடனான தொடர்பை விவரித்து எழுதிய அவரது கட்டுரையை முருகு சுந்தரம் 'பாவேந்தர்– ஒரு பல்கலைக்கழகம்' நூலில் இடம்பெறச் செய்துள்ளார். தன்னுடைய பல முக்கியமான அனுபவங்களைப் பதிவுசெய்துள்ள அக்கட்டுரையில் 'சுதேசமித்திரன்' இதழில் நூற்றுக்கணக்கில் ஓவியங்கள் வரைந்திருக்கின்றேன் எனவோ தனது கூடார்த்தச் சித்திரங்கள் இங்கிலாந்து இதழாலேயே அங்கீகரிக்கப்பட்டவை எனவோ அவர் சுட்டவேயில்லை. அதைவிடப் பாரதிதாசனே நடத்திய வரலாற்றுப் புகழ்மிக்க 'ஸ்ரீ சுப்ரமண்ய பாரதி கவிதாமண்டலம்' இதழிற்கு ஓவியங்கள் வரைந்ததாகவும் குறிப்பிடவில்லை. கே.ஆர். சர்மாவின் ஓவியங்கள் 1935ஆம் ஆண்டில் வெளிவந்த 'ஸ்ரீ சுப்ரமண்ய பாரதி கவிதாமண்டல'த்தில் அட்டை ஓவியமாகவும் கவிதைகளுக்கான ஓவியமாகவும் இடம்பெற்றிருக்கத் தான் 'கவிதாமண்டல'த்தில் ஓவியம் வரைந்ததாகவும் வேணுகோபால சர்மா குறிப்பிடவில்லை. எல்லாவற்றுக்கும் மேலாக அந்தக் கட்டுரையில் தனக்கும் பாரதிதாசனுக்கும் 1938-39ஆம் ஆண்டுகளில் பழக்கம் முதன்முதலாக ஏற்பட்டது எனத் தெளிவாகக் குறிப்பிட்டிருக்கின்றார். எனவே 1935இல் 'கவிதாமண்டல'த்திலும் அதற்கு முன்பே 'சுதேசமித்திர'னிலும் ஓவியங்கள் வரைந்த கே.ஆர். சர்மா இவர் இல்லை என்பது உறுதியாகின்றது.

கே.ஆர். சர்மாவின் ஓவியங்கள் 'சுதேசமித்திரன்' வாரப் பதிப்பாக எடுத்த அடுத்த பரிமாணத்திலும் இடம்பெற்றிருக்கின்றன. கதைகளுக்கான ஓவியங்கள் இடம்பெற்றதோடு, தொடர் சித்திரக்கதைகளுக்கும் வரிசை

எண் தந்து ஓவியங்கள் இடம்பெற்றிருக்கின்றன. "மரியாதைராமன் கதை" சித்திரத் தொடர்கதையின் ஓவியங்களை சர்மாவே வரைந்திருக்கின்றார். "இராயர் அப்பாஜி கதைகள்" படத் தொடருக்கும் சர்மா ஓவியங்களை வரைந்திருக்கின்றார். இது குறித்த செய்திகளையும் சான்றாக ஓவியப் பகுதியையும் தனது இணையப் பக்கத்தில் பேராசிரியர் பசுபதி (பசு பதிவுகள்) பகிர்ந்திருக்கின்றார்.

~

கே.ஆர். சர்மா 'சுதேசமித்திர'னில் வரைந்த ஓவியங்கள் 1934 மார்ச்சு 31ஆம் நாள் தொடங்கி வெளிவந்தன. "முரசு" பாடலுக்கான ஓவியமே முதல் ஓவியமாகும். "ஒளி படைத்த கண்ணினாய்" எனத் தொடங்கும் பாடல்களுக்கான ஓவியம், "தாயின் மணிக்கொடி பாரீர்" எனத் தொடங்கும் பாடலுக்கான ஓவியம், "ஓடி விளையாடு பாப்பா" பாடல்களுக்கான ஓவியம் எனத் தொடங்கி ஓவியங்கள் "குயில் பாட்டு"க்கு வரையப்பட்ட மிகப் பல ஓவியங்களோடு நமக்குக் கிடைத்த அளவில் நிறைவுபெறுகின்றன. ஓவியங்களுக்கு நடுவிலும் ஓவியங்களுக்கு அடியிலும் என ஓவியத்துள் பாரதி கவிதைகள் அச்செழுத்துகளில் இடம்பெற்றிருக்கின்றன. "குயில் பாட்டு"க்கான ஓவியங்கள் "குயில்" என்னும் தலைப்பிலேயே இடம்பெற்றுள்ளன.

~

இருபதாம் நூற்றாண்டின் முற்பகுதியில் பாரதியின் கவிதைகளுக்கு வரையப்பட்ட இந்த ஓவியங்கள் தமிழின் முதல் நாளிதழான 'சுதேசமித்திர'னில் முதன்முதலில் தொடர்ந்து இடம்பெற்ற ஓவியங்கள் என்னும் பெருமை கொண்டவை. இதழியல், கலையியல், பாரதியியல் என்னும் மூன்று களங்களிலும் முக்கியத்துவம் பெறும் ஓவியப் படைப்புகள் இவை. கே.ஆர். சர்மா என்னும் ஓவியக் கலைஞனின் கலை ஆளுமையை வெளிப்படுத்துவன. பரந்துபட்ட வாசகத்தளத்தில் பொதுமக்களிடையே பாரதியின் கவிதைகளைக் கொண்டுசெல்லப் பயன்பட்ட கலை முயற்சிகள். இவ்வாறு பல நிலைகளில் இவை பெறுமதி மிக்கவை.

~

பாரதியின் கவிதைகளுக்கு ஓவியங்கள் தீட்டப்பட்ட வரலாறு துலக்கம்பெற வேண்டியே உள்ளது. கே.ஆர். சர்மாவின் ஓவியங்களுக்கு முன்னும் பின்னும் வரையப்பட்டவையும் திரட்டப்பட வேண்டியுள்ளன. 'சுதேசமித்திர'னில் கே.ஆர். சர்மா ஓவியங்கள் 31-3-1934 முதல் இடம்பெற்றமையை அறிய முடிகின்றது. அதற்கும் முன்பே பிப்ரவரி 3, 10, மார்ச் 3, 24 ஆகிய நாளிட்ட 'சுதேசமித்திரன்' இதழ்களில் சுப்பராமையர் என்பவர் பாரதி கவிதைகளுக்கு நான்கு ஓவியங்கள் வரைந்திருக்கின்றார். கே.ஆர். சர்மா வரையத் தொடங்கிய காலத்திற்குப் பின் 1935இல் விடுதலைப் போராட்ட வீரரும் ஓவியருமான ஆர்யா பாரதி பிரசுராலயம் ஹரிஹர சர்மா நடத்திய பாரதி பாடல்களுக்கு ஓவியம் வரையும் போட்டியில்

“ஆடி வரும் தேனே”, “தீராத விளையாட்டுப் பிள்ளை” தலைப்புகளுக்குப் படம் வரைந்து முதல் பரிசாகத் தங்கப் பதக்கம் பெற்றிருக்கின்றார். அந்தப் படங்கள் ‘தினமணி’ ஆண்டு மலரில் வெளிவந்திருக்கின்றன. பின்னர்ப் புகழ்பெற்ற பாரதி ஓவியத்தையும் அவரே வரைந்தார். இந்த வரலாறுகளெல்லாம் ஓவியங்களெல்லாம் பதிவுபெற வேண்டும். இந்தக் களத்தில் கவனம்பெறாத முக்கியமான முயற்சிகள் இருக்கவும்கூடும். அவற்றையெல்லாம் சேகரிப்பதிலும் பாரதியியலார் கருத்துச் செலுத்த வேண்டும்.

~

இத்தொகுதியில் கே.ஆர். சர்மாவின் ஓவியங்கள் ஒருபக்கத்திலும் அன்றைய ‘சுதேசமித்திர’னில் படங்களோடு வெளிவந்த பாரதியின் பாடல்கள் இன்றைய அச்செழுத்துகளில் எதிர்ப்பக்கத்திலுமாக இடம்பெறுகின்றன. ‘சுதேசமித்திர’னில் சுப்பராமையர் என்னும் ஓவியர் வரைந்த பாரதி கவிதைகளுக்கான நான்கு ஓவியங்கள் பின்னிணைப்பில் இடம்பெறுகின்றன. கே.ஆர். சர்மா ‘மணிக்கொடி’, ‘சுதந்திரச் சங்கு’, ‘ஸ்ரீ சுப்ரமண்ய பாரதி கவிதாமண்டலம்’ முதலியவற்றில் வரைந்த ஓவியங்கள், கருத்துப் படங்களில் சில பின்னிணைப்பில் இடம்பெறுகின்றன. இருபதாம் நூற்றாண்டின் முற்பகுதியை அணிசெய்த ஓவிய உலகத்தின் காட்சியகமாகப் பின்னிணைப்புகள் திகழுகின்றன.

~

இந்த ஓவியங்களின் முக்கியத்துவத்தை முன்பே உணர்ந்திருந்த பாரதியியல் அறிஞர் ஆ.இரா. வேங்கடாசலபதி கண்டறியப்பட்ட சித்திரங்களைக் கண்ணுற்றதும் உடனடியாக இவற்றை வெளியிட வேண்டும் என்பதில் கருத்துச் செலுத்தினார்.

அன்பிற்கினிய ‘காலச்சுவடு’ கண்ணன் இதன் முக்கியத்துவத்தை உணர்ந்து சிறப்பாக வெளிக்கொணர்கின்றார்.

பல்லாண்டு உழைப்பில் இத்தொகுதிக்கான ஓவியங்களைத் தேடிக் கண்டெடுத்துள்ளேன். புதுதில்லி நேரு நினைவு நூலகம் இந்தத் தேடலில் முதன்மையான நிலையில் பயன்பட்டிருக்கின்றது.

நூலைக் கீழ்வேளூர் பா. ராமநாதன் அவர்கள் ஈடுபாட்டோடு ஆற்றல் காட்டி வடிவமைத்திருக்கின்றார். என் அன்பிற்கினிய முனைவர் பட்ட ஆய்வுமாணவர்கள் செல்வி ஏ. கவிதா, செல்வி கோ. லோகேஸ்வரி, திரு. சி. இளங்கோ ஆகியோர் ஒவ்வொரு நிலையில் இந்நூலாக்கத்திற்குத் துணைநின்றுள்ளனர். எதிர்காலத் தமிழுலகை அணிசெய்யும் ஆற்றல்மிக்க இம்மாணவச் செல்வங்களுக்கு என் வாழ்த்துகளோடு தமிழுலகின் வாழ்த்துகளும் உரித்தாகட்டும்.

பாரதியியலுக்கு வளம்சேர்க்கும் கலைநலம் மிளிரும் இந்நூல் நிறைவுபெறும் தருணத்தில் என் மனைவி ம. சாந்தி, என் அன்புமகன் ம. நச்சினார்க்கினியன், உடன்பிறவாச் சகோதரர்கள் தி. வேணுகோபால்,

தி. நடராசன் ஆகியோரின் பங்களிப்பை நினைந்துபார்க்கின்றேன். பொலிவும் நலிவும் பொதிந்த வாழ்க்கைப் பயணத்தில் எனக்காகத் தன்னை அர்ப்பணித்துக்கொண்ட ஒரு மானுட 'தெய்வத'த்தின் அன்பும் நினைவும் என்னை இடையறாமல் இயக்கிக்கொண்டிருக்கின்றன. மற்றும் இரு மானுட தெய்வதங்கள் என் பயணம் பளிச்சிடப் பாதுகாத்திருக்கின்றன. இத்தகையவர்களால்தான் தொடர்ந்து உயிர்ப்போடு இயங்கிப் பலவற்றைச் செய்ய முடிந்திருக்கின்றது. என் விளைச்சல்களின் பின்புலத்தில் வேர்களாகத் திகழும் இவர்களை நினைந்து நூல் நிறைவுபெறும் இத்தருணத்தில் நெகிழ்கின்றேன்.

~

இந்த நூல் பாரதியியலில் இன்னொரு பரிமாணம். தமிழ்க் கலை வரலாற்றிற்கும் வளம் சேர்க்கும் படைப்பு. பாரதி அன்பர் உலகம் இந்நூல் தரும் கலையின்பத்தில் திளைத்து மகிழும் என்பது என் நம்பிக்கை. பாரதி என்கின்ற பேராளுமை தமிழ்ச் சமூகத்தில் பெற்ற பேரிடத்திற்கு இத்தொகுதியிலுள்ள கவிதை பொதிந்த ஓவியங்களின் பங்கு பெரிது. இதனை உணர இத்தொகுதி வழி சமைக்கும். எதிர்காலத் தேடல்கள் இத்தொகுதியை மேலும் முழுமை செய்யும்.

சென்னை
11.12.2022

ய. மணிகண்டன்

சுதேசமித்திரன், சனிக்கிழமை.
பாரதி விளக்கம்.
அச்சமில்லை-அச்சமில்லை-அச்சமென்பதில்லையே.
பாருக்குள்ளே நல்ல நாடு-எங்கள் பாரத நாடு.
உயர் நாடு
பாரத நாடு
பாரதி விளக்கம்
தொழில்
சுதேசமித்திரன், சனிக்கிழமை.
பாரதி விளக்கம்
சுதேசமித்திரன், சனிக்கிழமை.
பாரதி விளக்கம்.
சீமை கமலங்கள்.
A. R. ராஜகோபால செட்டி
TONOL
சுதேசமித்திரன், சனிக்கிழமை.
பாரதி விளக்கம்
கடைசியாக வந்த செய்திகள்.
பாரதி விளக்கம்
A. R. ராஜகோபால
சுதேசமித்திரன், சனிக்கிழமை.
பாரதி விளக்கம்
விடுதலை - சிட்டுக் குருவி

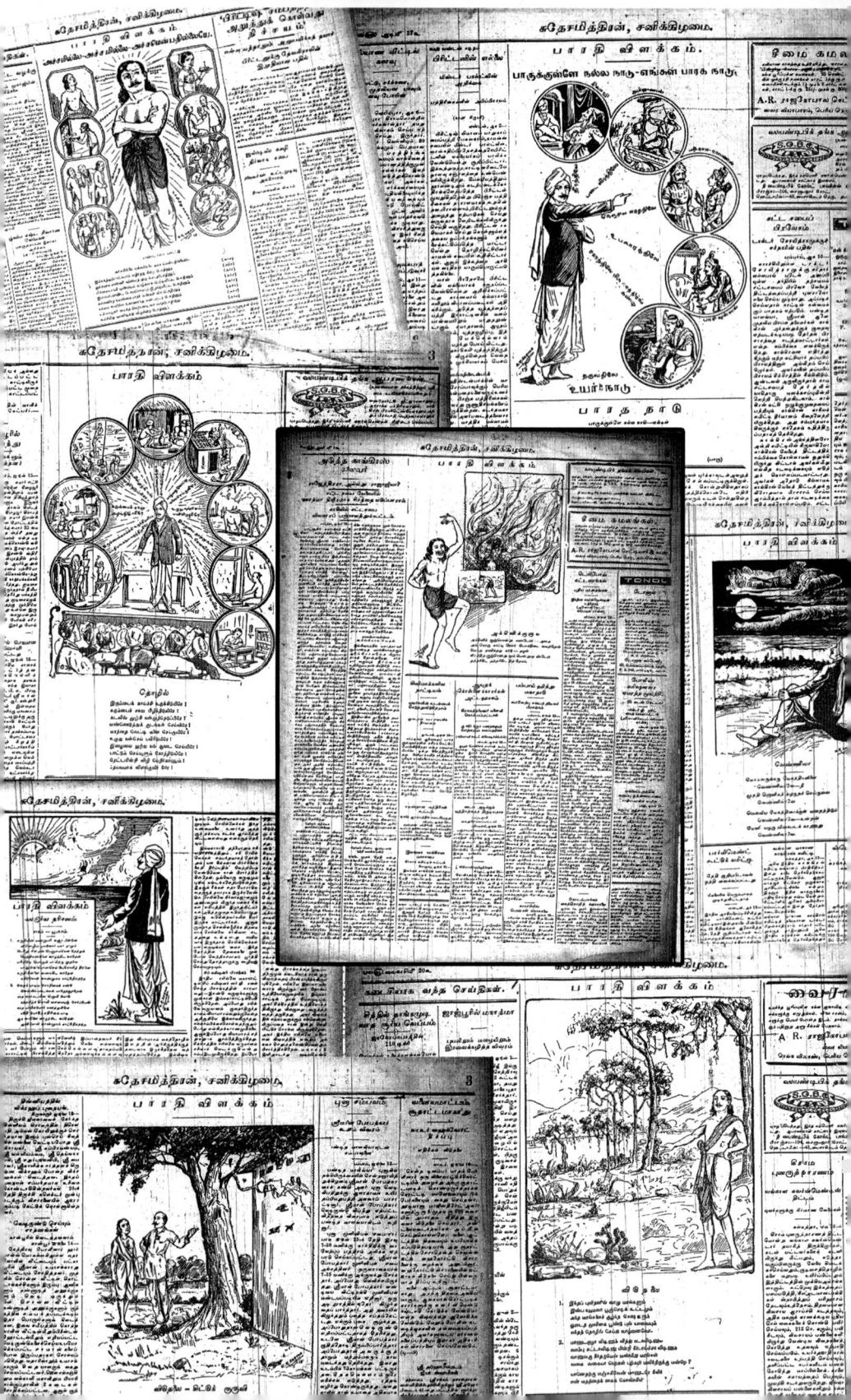

ஓவிய பாரதி

சுதேசமித்திரன் (1934-1937)
கே.ஆர். சர்மாவின் ஓவியங்கள்

1

முரசு

வெற்றி யெட்டுத் திக்கு மெட்டக்
    கொட்டு முரசே
வேத மென்றும் வாழ்க வென்று
    கொட்டு முரசே
நெற்றி யொற்றைக் கண்ண னோடே
    நிர்த்தனஞ் செய்தாள்
நித்த சக்தி வாழ்க வென்று
    கொட்டு முரசே

வேத மறிந்தவன் பார்ப்பான் – பல
    வித்தை தெரிந்தவன் பார்ப்பான்
நீதி நிலைதவ றாமல் – தண்ட
    நேமங்கள் செய்பவன் நாய்க்கன்.

பண்டங்கள் விற்பவன் செட்டி – அவை
    பண்ணு மவன்தொழி லாளி!
தொண்டரென் றோர்வகுப் பில்லை – தொழில்
    சோம்பரைப் போலிழி வில்லை.

நாலு வகுப்புமிங் கொன்றே – இந்த
    நான்கினி லொன்று குறைந்தால்
வேலை தவறிச் சிதைந்தே – செத்து
    வீழ்ந்திடு மானிடச் சாதி.

பாரதி விளக்கம்

31.3.1934

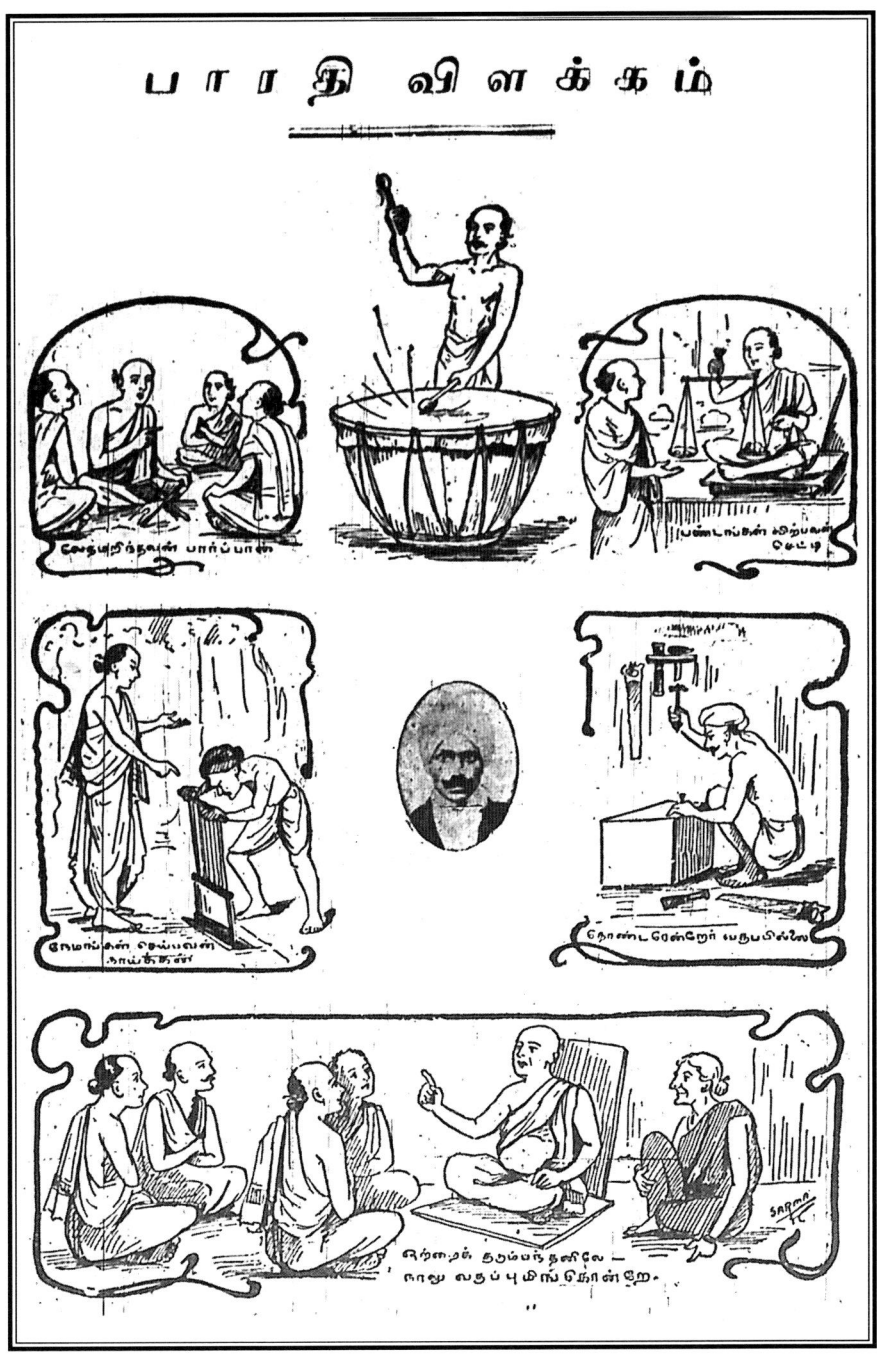

2

வா! வா!! வா!!! போ! போ!! போ!!!

[நிகழ்கின்ற ஹிந்துஸ்தானமும்
வருகின்ற ஹிந்துஸ்தானமும்]

ஒளிப டைத்த கண்ணினாய்	வாவாவா
உறுதி கொண்ட நெஞ்சினாய்	வாவாவா
களிப டைத்த மொழியினாய்	வாவாவா
கடுமை கொண்ட தோளினாய்	வாவாவா
தெளிவு பெற்ற மதியினாய்	வாவாவா
சிறுமை கண்டு பொங்குவாய்	வாவாவா
எளிமை கண்டி ரங்குவாய்	வாவாவா
ஏறு போல்ந டையினாய்	வாவாவா
வலிமை யற்ற தோளினாய்	போபோபோ
மார்பி லேஒ டுங்கினாய்	போபோபோ
பொலிவி லாமு கத்தினாய்	போபோபோ
பொறியி ழந்த விழியினாய்	போபோபோ
ஒலியி ழந்த குரலினாய்	போபோபோ
ஒளியி ழந்த மேனியாய்	போபோபோ
கிலிபி டித்த நெஞ்சினாய்	போபோபோ
கீழ்மை யென்றும் வேண்டுவாய்	போபோபோ

தொகுப்பும் பதிப்பும்: ய. மணிகண்டன்

7.4.1934

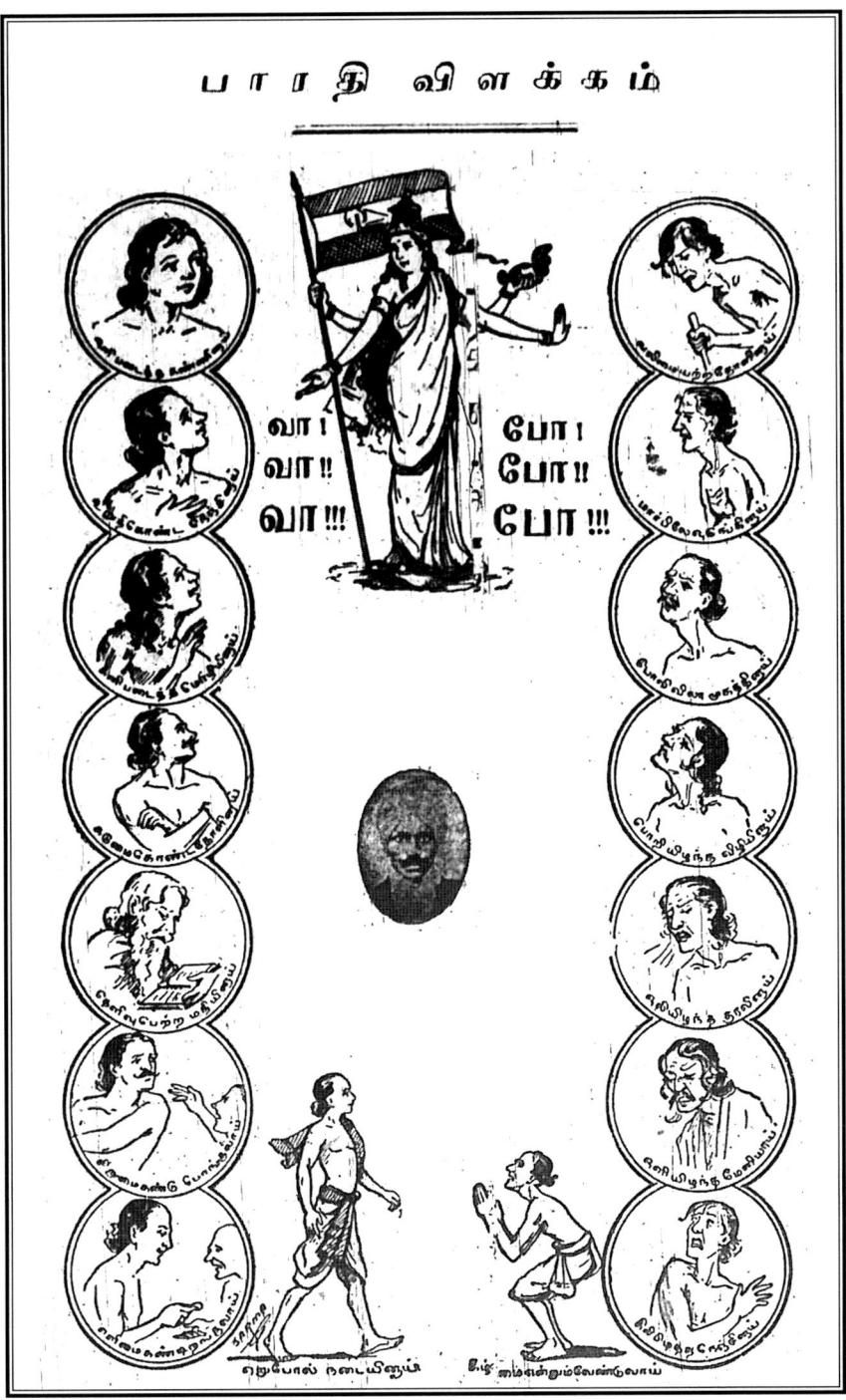

3

[மாதாவின் துவஜம்]

வந்தே மாதரம்

தாயின் மணிக்கொடி பாரீர் – அதைத்
  தாழ்ந்து பணிந்து புகழ்ந்திட – வாரீர்

ஓங்கி வளர்ந்ததோர் கம்பம் – அதன்
  உச்சியின் மேல்வந்தே மாதர மென்றே
பாங்கி னெழுதித் திகழும் – செய்ய
  பட்டொளி வீசிப் பரந்தது பாரீர் (தாயின்)

பட்டுத் துகிலென லாமோ? – அதிற்
  பாய்ந்து சுழற்றும் பெரும்புயற் காற்று
மட்டு மிகுந்தடித் தாலும் – அதை
  மதியாதவ் வுறுதிகொள் மாணிக்கப் படலம் (தாயின்)

இந்திரன் வச்சிர மோர்பால் – அதில்
  எங்கள் துருக்க ரிளம்பிறை யோர்பால் – தாய்
மந்திர நடுவுறத் தோன்றும் – அதன்
  மாண்பை வகுத்திட வல்லவன் யானோ? (தாயின்)

கம்பத்தின் கீழ்நிற்றல் காணீர் – எங்கும்
  காணரும் வீரர் பெருந்திருக் கூட்டம்
நம்பற் குரியரவ் வீரர் – தங்கள்
  நல்லுயி ரீந்துங் கொடியினைக் காப்பார் (தாயின்)

அணியணி யாயவர் நிற்கும் – இந்த
  ஆரியக் காட்சியோ ராநந்த மன்றோ?
பணிகள் பொருந்திய மார்பும் – விறற்
  பைந்திரு வோங்கும் வடிவமும் காணீர்! (தாயின்)

பாரதி விளக்கம்

14.4.1934

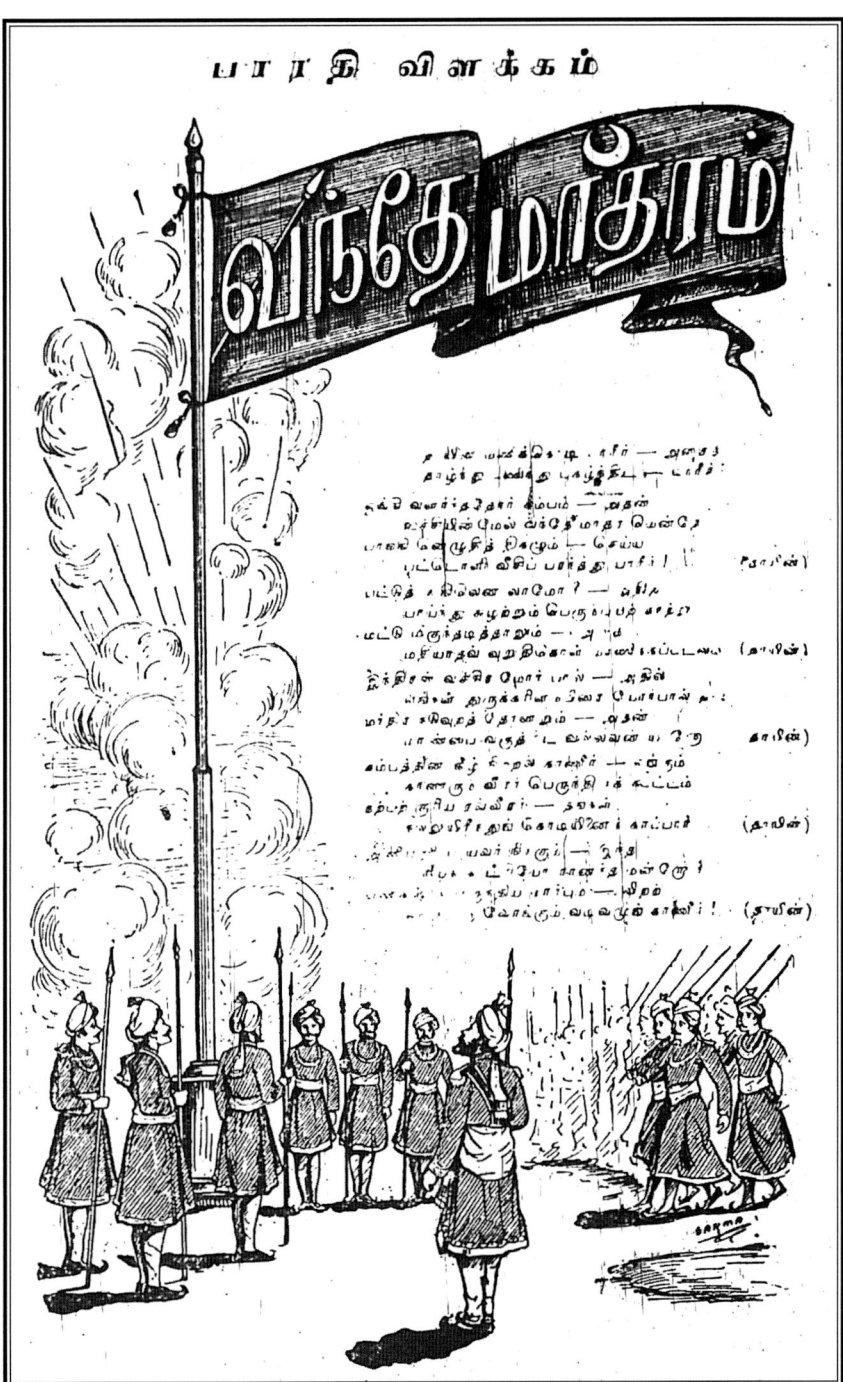

4

பாப்பா பாட்டு

ஓடி விளையாடு பாப்பா – நீ
ஓய்ந்திருக்க லாகாது பாப்பா.
கூடி விளையாடு பாப்பா – ஒரு
குழந்தையை வையாதே பாப்பா. (1)

சின்னஞ் சிறுகுருவி போலே – நீ
திரிந்து பறந்துவா பாப்பா
வன்னப் பறவைகளைக் கண்டு – நீ
மனத்தில் மகிழ்ச்சிகொள்ளு பாப்பா. (2)

கொத்தித் திரியுமந்தக் கோழி – அதைக்
கூட்டி விளையாடு பாப்பா
எத்தித் திருடுமந்தக் காக்காய் – அதற்
கிரக்கப் படவேணும் பாப்பா. (3)

பாலைப் பொழிந்துதரும் பாப்பா – அந்தப்
பசுமிக நல்லதடி பாப்பா
வாலைக் குழைத்துவரு நாய்தான் – அது
மனிதர்க்குத் தோழனடி பாப்பா. (4)

வண்டி யிழுக்குநல்ல குதிரை – ஊர்
வயலி லுழுதுவரு மாடு
அண்டிப் பிழைக்குநம்மை யாடு – இவை
ஆதரிக்க வேணுமடி பாப்பா. (5)

பாப்பா பாட்டு
1. ஓடி விளையாடு பாப்பா — நீ
ஓய்ந்திருக்கலாகாது பாப்பா
கூடி விளையாடு பாப்பா — ஒரு
குழந்தையை வையாதே பாப்பா.
2. சின்னஞ்சிறு குருவி போலே — நீ
திரிந்து பறந்து வா பாப்பா
வண்ணப் பறவைகளைக் கண்டு — நீ
மனதில் மகிழ்ச்சி கொள்ளு பாப்பா
8. கொத்தித் திரியு மந்தக் கோழி — அந்தக்
கூட்டி விளையாடு பாப்பா
எத்தித் திருடு மந்தக் காக்காய் — அதற்
கிரக்கப் படவேணும் பாப்பா.
4. பாலைப் பொழிந்து தரும் பாப்பா — அந்தப்
பசு மிக நல்லதடி பாப்பா
வாலைக் குழைத்துவரும் நாய்தான் — அது
மனிதர்க்குத் தோழனடி பாப்பா
5. வண்டி யிழுக்கும் நல்ல குதிரை — நெல்லு
வயலில் உழுது வரும் மாடு
அண்டிப் பிழைக்கும் நம்மை ஆடு — இவை
ஆதரிக்க வேணுமடி பாப்பா.
K.R. SARMA 5

28.4.1934

5
எங்கள் நாடு

மாரத வீரர் மலிந்த நன்னாடு
 மாமுனி வோர்பலர் வாழ்ந்த பொன்னாடு
நாரத கான நலந்திகழ் நாடு
 நல்லன யாவையு நாடுறு நாடு
பூரண ஞானம் பொலிந்த நன்னாடு
 புத்தர்பி ரானருள் பொங்கிய நாடு
பாரத நாடு பழம்பெரு நாடே
 பாடுவ மிஃதை யெமக்கிலை யீடே.

தொகுப்பும் பதிப்பும்: ய. மணிகண்டன்

பாரதி விளக்கம்.
எங்கள் நாடு
மாரத வீரர் மலிந்த நன்னாடு
மாமுனிவோர் பலர் வாழ்ந்த பொன்னாடு
நாரத கான நலந்திகழ் நாடு
நல்லன யாவையு நாடுறு நாடு
பூரண ஞானம் பொலிந்த நன்னாடு
புத்தர் பிரானருள் பொங்கிய நாடு
பாரத நாடு பழம்பெரு நாடே
பாடுவ மிஃதை யெமக்கில்லை யீடே.
(இதர் பாகங்களை 'பாரதி நூல்கள்' முதல் பாகம் 11-வது பக்கத்தில் பார்க்கவும்.)
எங்கள் நாடு

5.5.1934

6
விடுதலை

விடுதலை! விடுதலை! விடுதலை!

பறைய ருக்கு மிங்கு தீயர் புலைய ருக்கும் விடுதலை!
பரவ ரோடு குறவ ருக்கு மறவ ருக்கும் விடுதலை!
திறமை கொண்ட தீமை யற்ற தொழில்பு ரிந்து யாவரும்,
தேர்ந்த கல்வி, ஞான மெய்தி வாழ்வ மிந்த நாட்டிலே. (விடுதலை) 1

ஏழை யென்றும் அடிமை யென்றும் எவனு மில்லை; ஜாதியில்
இழிவு கொண்ட மனித ரென்ப திந்தி யாவில் இல்லையே.
வாழி கல்வி செல்வ மெய்தி மனம கிழ்ந்து கூடியே.
மனிதர் யாரு மொருநி கர்ஸ மான மாக வாழ்வமே. (விடுதலை) 2

மாதர் தம்மை யிழிவு செய்யு மடமை யைக்கொ ளுத்துவோம்
வைய வாழ்வு தன்னி லெந்த வகையி னும்ந மக்குள்ளே;
தாத ரென்ற நிலைமை மாறி யாண்க ளோடு பெண்களும்
சரி,நி கர்ஸ மான மாக வாழ்வ மிந்த நாட்டிலே. (விடுதலை) 3

தொகுப்பும் பதிப்பும்: ய. மணிகண்டன்

பாரதி விளக்கம்

விடுதலை !　　விடுதலை !　　விடுதலை !

பறையருக்கு மிங்கு தீயர் புலையருக்கும் விடுதலை!
பரவரோடு குறவருக்கு மறவருக்கும் விடுதலை
திறமைகொண்ட தீமையற்ற தொழில் புரிந்து யாவரும்!
தேர்ந்த கல்வி, ஞான மெய்தி வாழ்வ மிந்த நாட்டிலே　　(விடுதலை)

ஏழை யென்றும் அடிமை யென்றும் எவனுமில்லை! ஜாதியில்
இழிவுகொண்ட மனிதரென்ப திந்தியாவில் இல்லையே
வாழி கல்வி செல்வ மெய்தி மனமகிழ்ந்து கூடியே,
மனிதர் யாரு நிகர் ஸமான மாக வாழ்வமே　　(விடுதலை)

மாதர் தம்மை யிழிவு செய்யு மடமையைக் கொளுத்துவோம்
வையவாழ்வு தன்னி லெந்த வகையிலும் நமக்குளே;
தாதரென்ற நிலைமை மாறி ஆண்களோடு பெண்களும்
சரி, நிகர், ஸமானமாக வாழ்வ மிந்த நாட்டிலே　　(விடுதலை)

26.5.1934

7

விடுதலை

இந்தப் புவிதனில் வாழும ரங்களும்
இன்ப நறுமலர்ப் பூஞ்செடிக் கூட்டமும்
அந்த மரங்களைச் சூழ்ந்த கொடிகளும்
ஔடத மூலிகை பூண்டுபுல் யாவையும்
எந்தத் தொழில்செய்து வாழ்வன வோ? 1

மானுடரு ழாவிடினும் வித்துநடா விடினும்
வரம்புகட்டா விடினுமன்றி நீர்பாய்ச்சா விடினும்
வானுலகு நீர்தருமேல் மண்மீது மரங்கள்
வகைவகையா நெற்கள்புற்கள் மலிந்திருக்கு மன்றே?

யானெதற்கு மஞ்சுகிலேன் மானுடரே நீவிர்
என்மதத்தைக் கைக்கொண்மின் 2

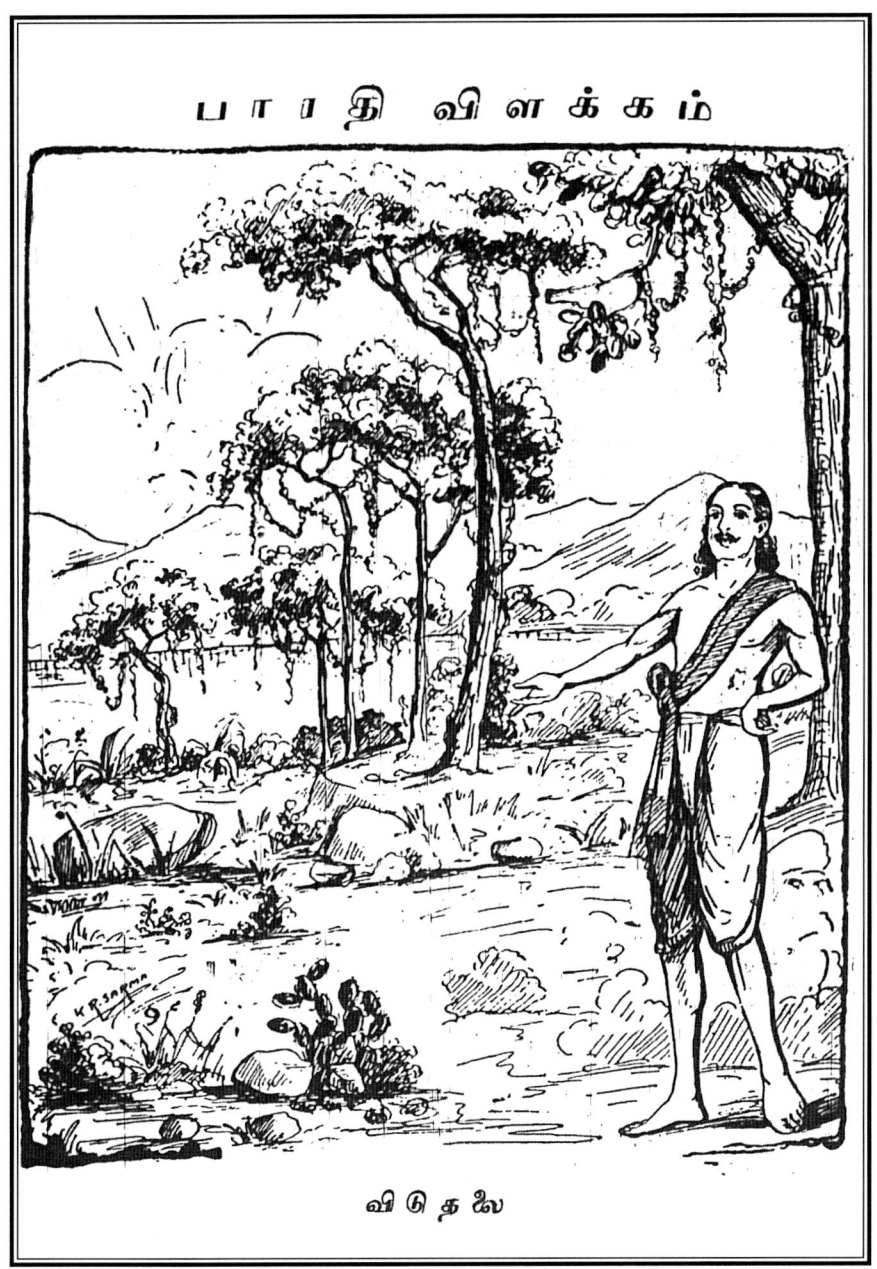

பாரதி விளக்கம்

விடுதலை

2.6.1934

8

பண்டாரப் பாட்டு

அச்சமில்லை அச்சமில்லை
அச்சமென்ப தில்லையே

இச்ச கத்து ளோரெ லாம்எ திர்த்து நின்ற போதினும் (அச்ச)
துச்ச மாக வெண்ணி நம்மைத் தூறு செய்த போதினும் (அச்ச)
பிச்சை வாங்கி யுண்ணும் வாழ்க்கை பெற்று விட்ட போதினும் (அச்ச)
இச்சை கொண்ட பொருளெ லாமி ழந்து விட்ட போதினும் (அச்ச)
கச்ச ணிந்த கொங்கை மாதர் கண்கள் வீசு போதினும் (அச்ச)
நச்சை வாயி லேகொ ணர்ந்து நண்ப ரூட்டு போதினும் (அச்ச)
பச்சை யூனி யைந்த வேற்ப டைகள் வந்த போதினும் (அச்ச)
உச்சி மீது வானி டிந்து வீழு கின்ற போதினும் (அச்ச)

பாரதி விளக்கம்

அச்சமில்லை-அச்சமில்லை-அச்சமென்பதில்லையே.

பண்டாரப் பாட்டு

அச்சமில்லை யச்சமில்லை அச்ச மேன்பதில்லையே

இச்சகத்துளோரேலாம் எதிர்த்து நின்ற போதினும் (அச்ச)
துச்சமாக எண்ணி நம்மைத் தூறு செய்தபோதினும் (அச்ச)
பிச்சைவாங்கி யுண்ணும் வாழ்க்கை பெற்றுவிட்ட போதினும் (அச்ச)
இச்சைகோண்ட பொருளேலாம் இழந்துவிட்ட போதினும் (அச்ச)
கச்சணிந்த கொங்கைமாதர் கண்கள் வீசு போதினும் (அச்ச)
நச்சை வாயிலே கொணர்ந்து நண்பரூட்டு போதினும் (அச்ச)
பச்சையூனி யைந்த வேற்படைகள் வந்தபோதினும் (அச்ச)
உச்சிமீது வானிடிந்து வீழுகின்ற போதினும் (அச்ச)

9.6.1934

9

தொழில்

இரும்பைக் காய்ச்சி யுருக்கிடு வீரே
    யந்தி ரங்கள் வகுத்திடு வீரே
கரும்பைச் சாறு பிழிந்திடு வீரே
    கடலின் மூழ்கிநன் முத்தெடுப் பீரே
அரும்பும் வேர்வை யுதிர்த்து வையத்தில்
    ஆயி ரந்தொழில் செய்திடு வீரே
பெரும்பு கழ்நுமக் கேயிசைக் கின்றேன்
    பிரம தேவன் கலையிங்கு நீரே. 1

மண்ணெ டுத்துக் குடங்கள்செய் வீரே
    மரத்தை வெட்டி மனைகட்டு வீரே
உண்ணக் காய்கனி தந்திடு வீரே
    உழுது நற்பயிர் செய்திடு வீரே
எண்ணெய் பால்நெய் கொணர்ந்திடு வீரே
    இழையை நூற்றுநல் லாடைநெய் வீரே
விண்ணி னின்றெம்மை வானவர் காப்பார்
    மேவிப் பார்மிசைக் காப்பவர் நீரே. 2

பாட்டுஞ் செய்யுளுங் கோத்திடு வீரே
    பதுமை சித்திரந் தீர்த்திடு வீரே
காட்டும் வையப் பொருள்களி னுண்மை
    கண்டு சாத்திரஞ் சேர்த்திடு வீரே
நாட்டி லேயறங் கூட்டிவைப் பீரே
    நாடு மின்பங்க ளூட்டிவைப் பீரே
தேட்ட மின்றி விழியெதிர் நிற்குந்
    தெய்வ மாக விளங்குவிர் நீரே. 3

பாரதி விளக்கம்

தொழில்

16.6.1934

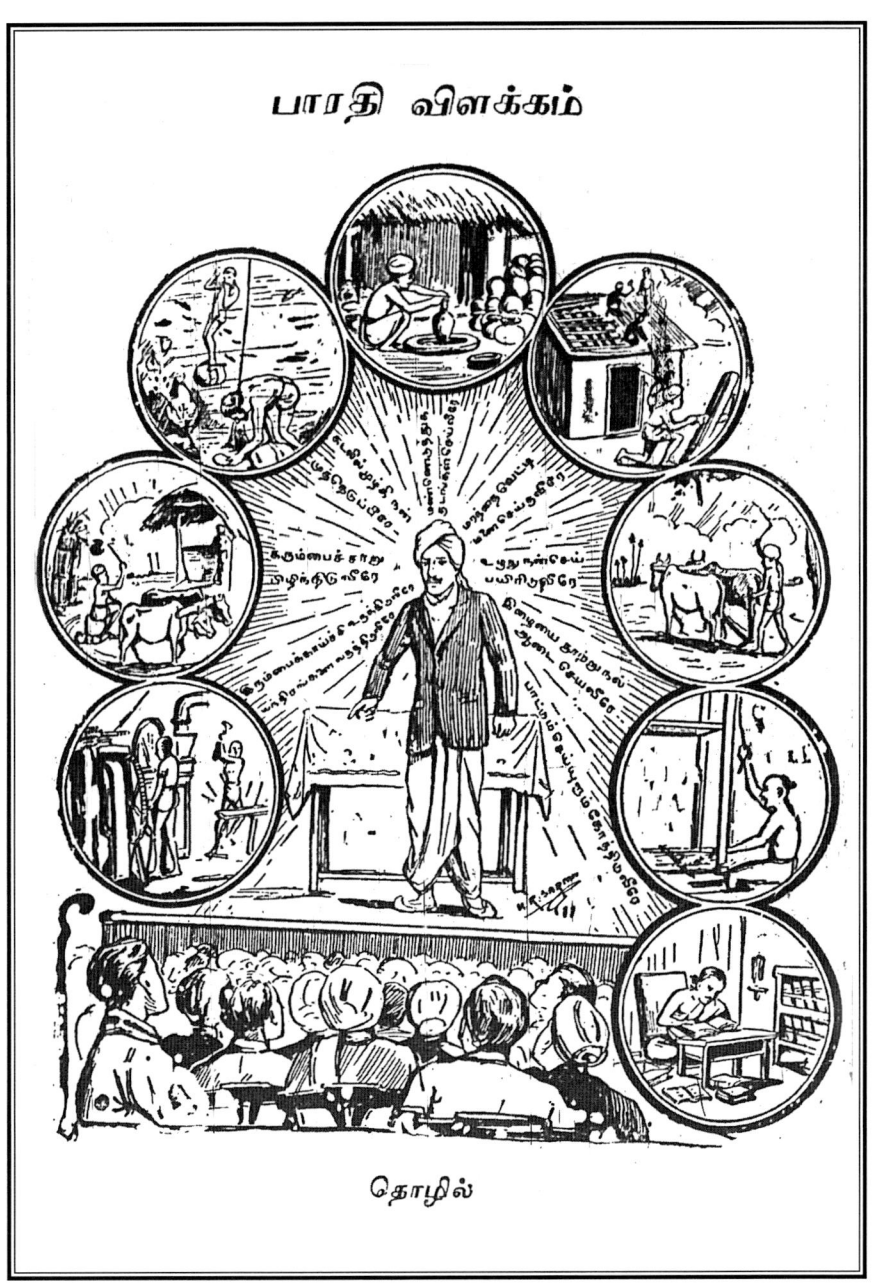

10

அக்கினிக் குஞ்சு

அக்கினிக் குஞ்சொன்று கண்டேன் – அதை
அங்கொரு காட்டிலொர் பொந்திடை வைத்தேன்
வெந்து தணிந்தது காடு – தழல்
வீரத்திற் குஞ்சென்று மூப்பென்று முண்டோ?
தத்திரிகிட தத்திரிகிட தித்தோம்.

பாரதி விளக்கம்
M. R. SARMA
அக்கினிக் குஞ்சு
அக்கினிக் குஞ்சொன்று கண்டேன் — அதை
அங்கொரு காட்டிலோர் பொந்திடை வைத்தேன்
வெந்து தணிந்தது காடு — தழல்
வீரத்திற் குஞ்சென்று மூப்பென்றுமுண்டோ?
தத்தரிகிட தத்தரிகிட தித்தோம்.

23.6.1934

11

விடுதலை - சிட்டுக் குருவி

பல்லவி

விட்டு விடுதலை யாகி நிற்பா யிந்தச்
சிட்டுக் குருவியைப் போலே (விட்டு)

சரணங்கள்

எட்டுத் திசையும் பறந்து திரிகுவை
ஏறியக் காற்றில் விரைவொடு நீந்துவை
மட்டுப் படாதெங்கும் கொட்டிக் கிடக்குமிவ்
வானொளி யென்னு மதுவின் சுவையுண்டு (விட்டு) 1

பெட்டையி னோடின்பம் பேசிக் களிப்புற்று
பீடையி லாதொா் கூடுகட்டிக் கொண்டு
முட்டைதருங் குஞ்சைக் காத்துமகிழ் வெய்தி
முந்த வுணவு கொடுத்தன்பு செய்திங்கு (விட்டு) 2

முற்றத்தி லேயுங் கழனி வெளியிலு
முன்கண்ட தானியம் தன்னைக் கொணா்ந்துண்டு
மற்றப் பொழுது கதைசொல்லித் தூங்கிப்பின்
வைகறை யாகுமுன் பாடி விழிப்புற்று (விட்டு) 3

பாரதி விளக்கம்

விடுதலை - சிட்டுக் குருவி

14.7.1934

12

ஆரிய தரிசனம்

ஓர் கனவு

கனவென்ன கனவே – என்றன்
கண்துயி லாது நனவினிலே யுற்ற (கனவென்ன)

1. கானகங் கண்டேன் – அடர்
கானகங் கண்டேன் – உச்சி
வானகத்தே வட்ட மதியொளி கண்டேன் (கன)

2. பொற்றிருக் குன்றம் – அங்கொர்
பொற்றிருக் குன்றம் – அதைச்
சுற்றி யிருக்கும் சுனைகளும் பொய்கையும் (கன)

புத்த தரிசனம்

3. குன்றத்தின் மீதே – அந்தக்
குன்றத்தின் மீதே – தனி
நின்றதொ ரால நெடுமரங் கண்டேன் (கன)

4. பொன்மரத் தின்கீழ் – அங்கப்
பொன்மரத் தின்கீழ் – வெறுஞ்
சின்மய மானதோர் தேவ னிருந்தனன். (கன)

5. புத்த பகவன் – எங்கள்
புத்த பகவன் – அவன்
சுத்தமெய்ஞ் ஞானச் சுடர்முகங் கண்டேன். (கன)

6. காந்தியைப் பார்த்தேன் – அவன்
காந்தியைப் பார்த்தேன் – உப
சாந்தியில் மூழ்கித் ததும்பிக் குளித்தனன். (கன)

7. ஈதுநல் விந்தை! – என்னை!
ஈதுநல் விந்தை – புத்தன்
சோதி மறைந்திருள் துன்னிடக் கண்டனன். (கன)

8. பாய்ந்ததங் கொளியே – பின்னும்
பாய்ந்ததங் கொளியே – இருள்
தேய்ந்த தென்மேனி சிலிர்த்திடக் கண்டேன். (கன)

பாரதி விளக்கம்

ஆரிய தரிசனம்

21.7.1934

13

பாரத தேசம்

வெள்ளிப் பனிமலையின் மீதுலவுவோம் – அடி
மேலைக் கடல்முழுதுங் கப்பல்விடுவோம்
பள்ளித் தலமனைத்துங் கோயில்செய்குவோம் – எங்கள்
பாரத தேசமென்று தோள்கொட்டுவோம்.

முத்துக் குளிப்பதொரு தென்கடலிலே
மொய்த்து வணிகர்பல நாட்டினர்வந்தே
நத்தி நமக்கினிய பொருள்கொணர்ந்து
நம்மருள் வேண்டுவது மேற்கரையிலே.

சிந்து நதியின்மிசை நிலவினிலே
சேரநன் னாட்டிளம் பெண்களுடனே
சுந்தரத் தெலுங்கினிற் பாட்டிசைத்துத்
தோணிக ளோட்டிவிளை யாடிவருவோம்.

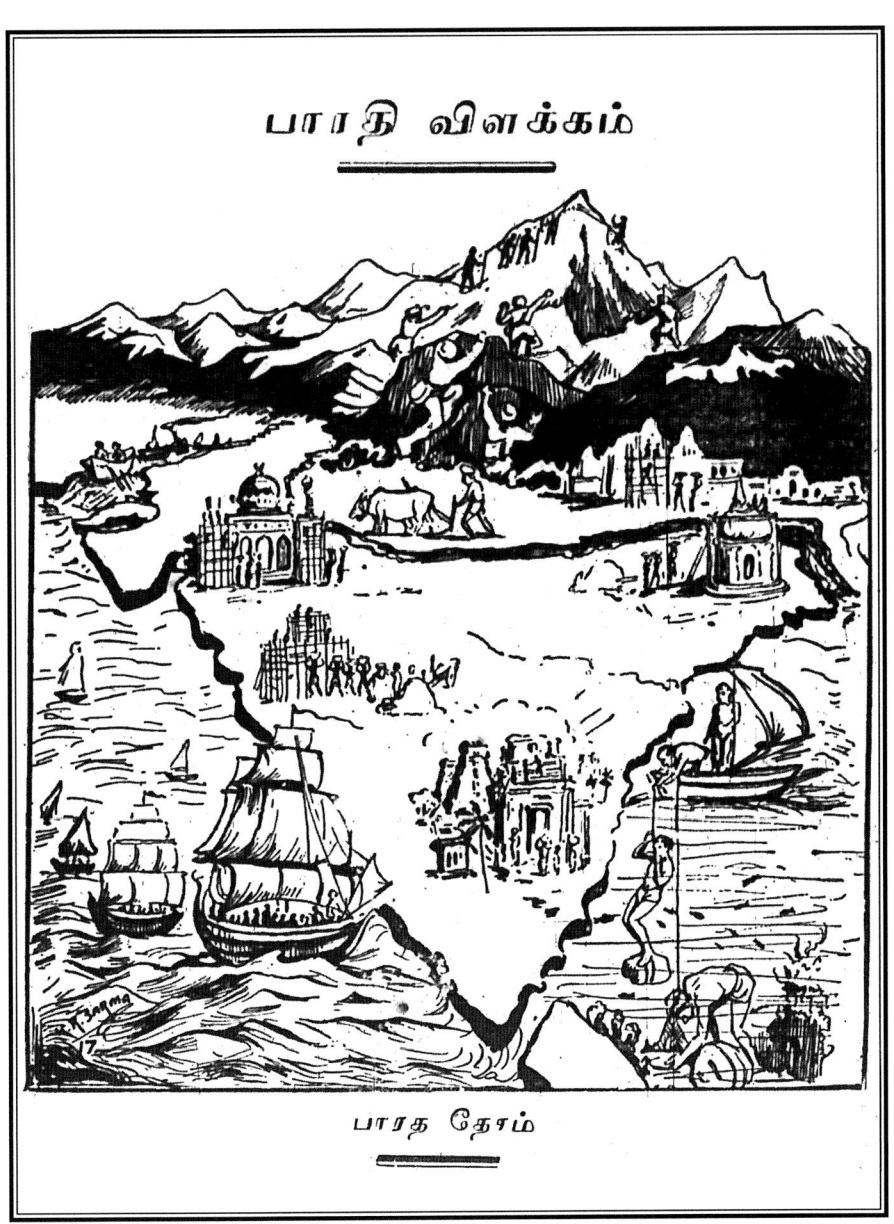

பாரதி விளக்கம்

பாரத தேசம்

28.7.1934

14

பாரத நாடு

பாருக்குள்ளே நல்ல நாடு – எங்கள் பாரத நாடு

ஞானத்திலே பர மோனத்திலே – உயர்
மானத்திலே அன்ன தானத்திலே,
கானத்திலே அமுதாக நிறைந்த
கவிதையிலே யுயர் நாடு – இந்தப் (பாரு)

பா ர தி வி ள க் க ம்

பாருக்குள்ளே நல்ல நாடு - எங்கள் பாரத நாடு

உயர் நாடு

ஞானத்திலே பா மோனத்திலே—உயர்
மானத்திலே அன்ன தானத்திலே
கானத்திலே அமுதாக நிறைந்த
கவிதையிலே உயர் நாடு—

4.8.1934

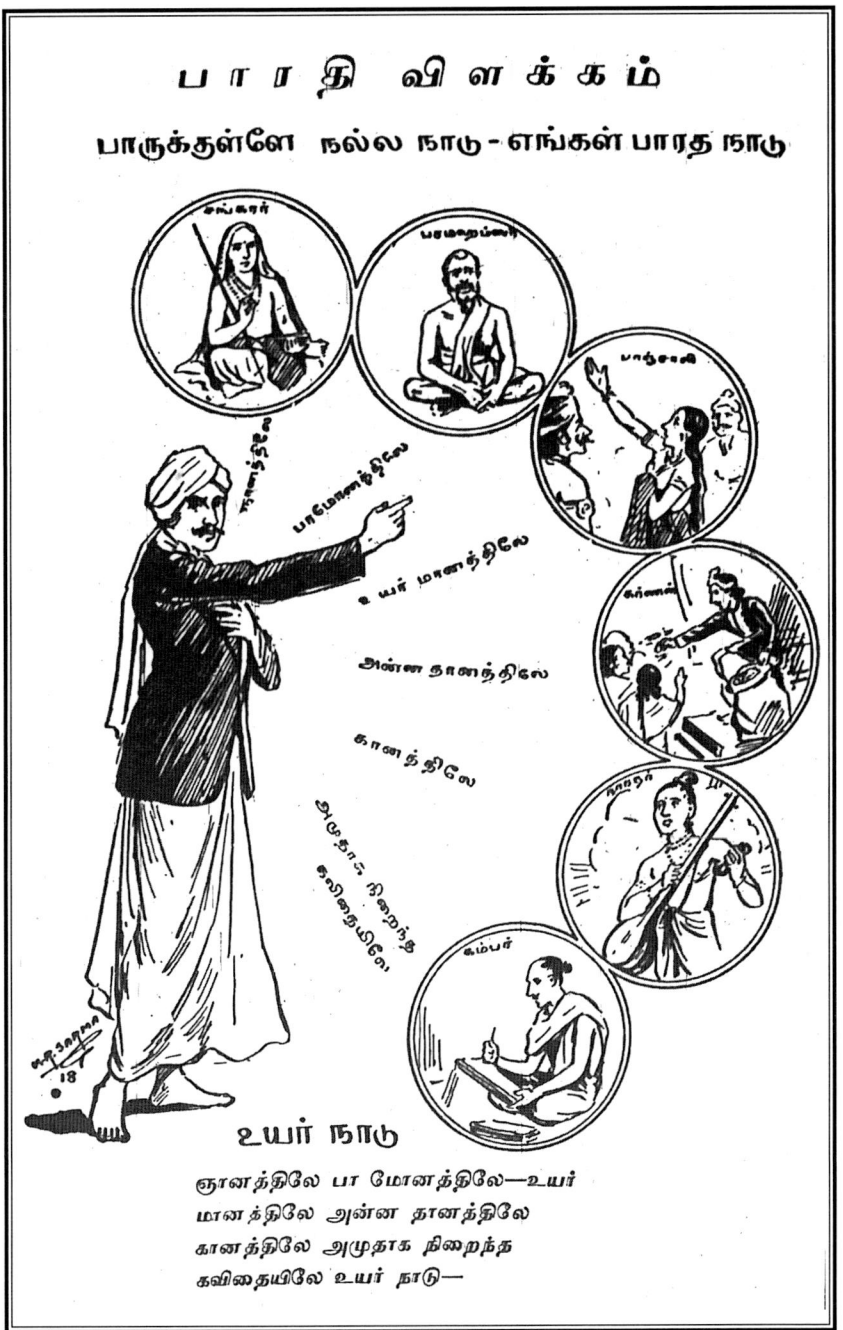

15

பாரத நாடு

பாருக்குள்ளே நல்ல நாடு – எங்கள் பாரத நாடு

தீரத்திலே படை வீரத்திலே – நெஞ்சில்
ஈரத்திலே யுப காரத்திலே,
சாரத்திலே மிகு சாத்திரங் கண்டு
தருவதிலே யுயர் நாடு – இந்தப்   (பாரு)

பாரதி விளக்கம்.
பாருக்குள்ளே நல்ல நாடு-எங்கள் பாரத நாடு
சிவாஜி
அர்ஜுனன்
ஸ்ரீ ராம-ராவணன்
தீரத்திலே
படை வீரத்திலே
நெஞ்சில ஈரத்திலே
உபகாரத்திலே
சாரத்திலே மிகு சாத்திரங் கண்டு
பாரி வள்ளல்
மன்மத விஜயம்
தருவதிலே
உயர் நாடு
பாரத நாடு

11.8.1934

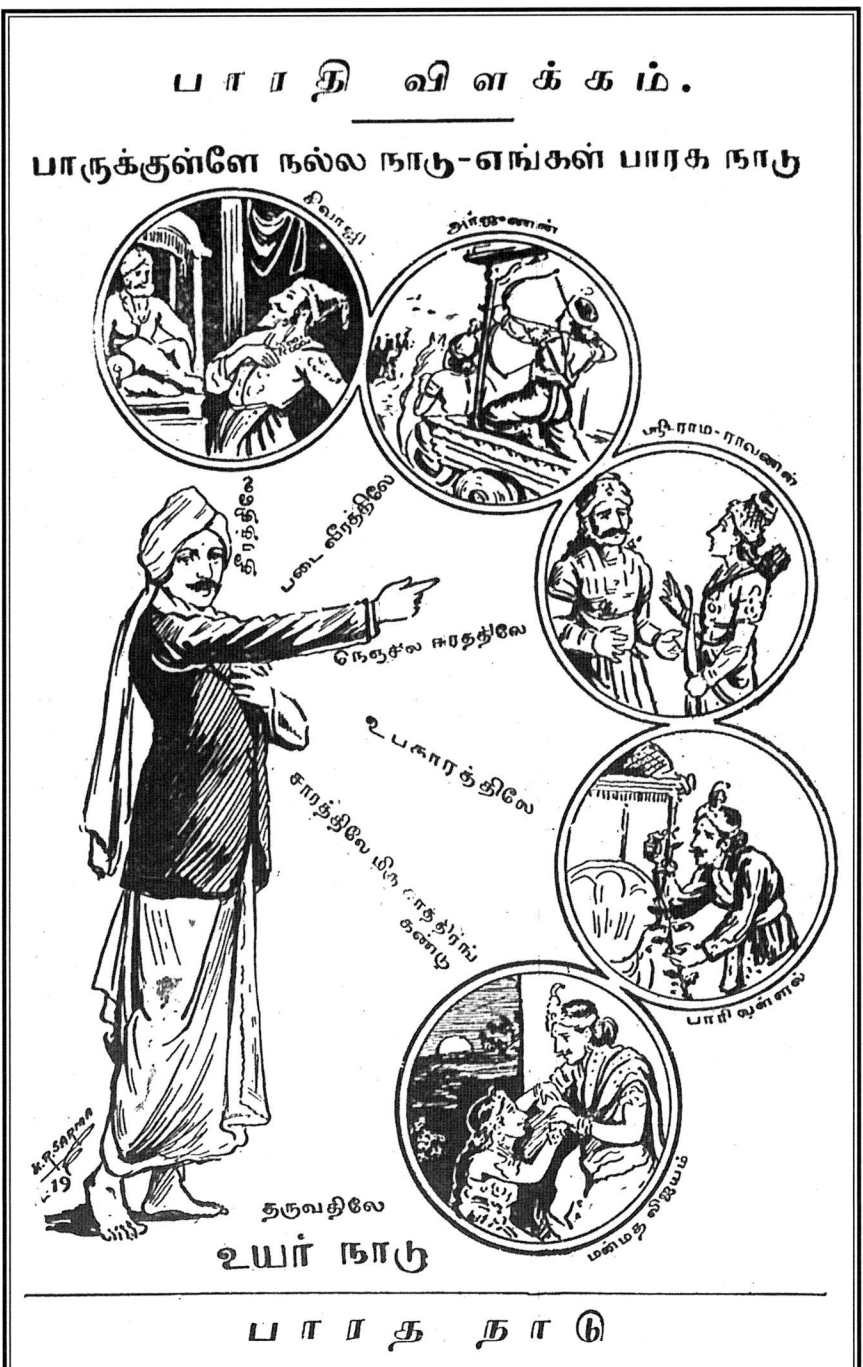

16

பாரத நாடு

பாருக்குள்ளே நல்ல நாடு – எங்கள் பாரத நாடு

நன்மையிலே யுடல் வன்மையிலே – செல்வப்
பன்மையிலே மறத் தன்மையிலே,
பொன்மயி லொத்திடு மாதர்தங் கற்பின்
புகழினிலே யுயர் நாடு – இந்தப்   (பாரு)

தொகுப்பும் பதிப்பும்: ய. மணிகண்டன்

பாரதி விளக்கம்

பாருக்குள்ளே நல்ல நாடு-எங்கள் பாரத நாடு

உயர் நாடு

பாருக்குள்ளே நல்ல நாடு
எங்கள் பாரத நாடு.

18.8.1934

17

பாரத நாடு

பாருக்குள்ளே நல்ல நாடு – எங்கள் பாரத நாடு

ஆக்கத்திலே தொழி லூக்கத்திலே – புய
வீக்கத்திலே யுயர் நோக்கத்திலே,
காக்கத் திறல்கொண்ட மல்லர்தஞ் சேனைக்
கடலினிலே யுயர் நாடு – இந்தப் (பாரு)

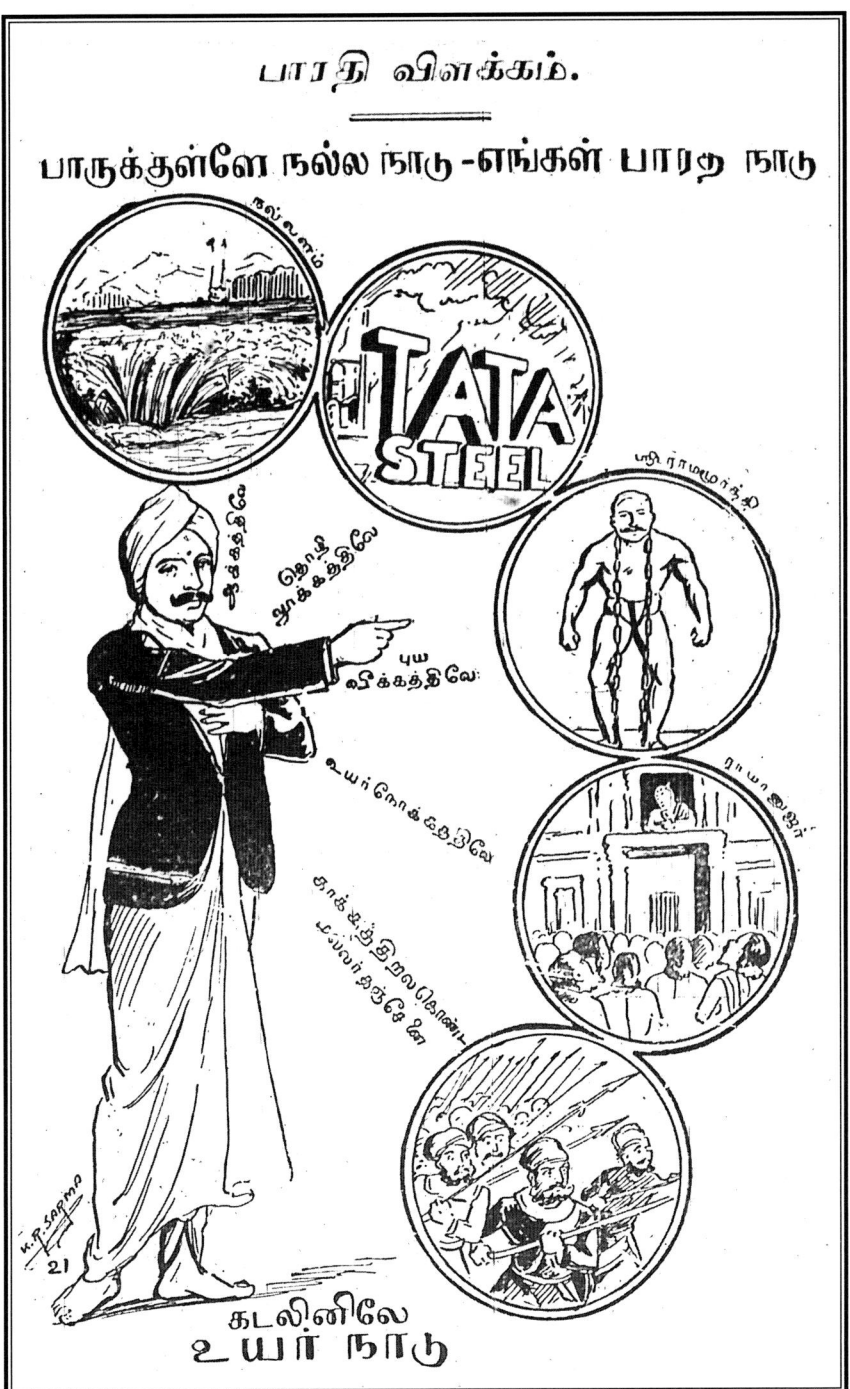

பாரதி விளக்கம்.
பாருக்குள்ளே நல்ல நாடு-எங்கள் பாரத நாடு
நல்லளம்
TATA STEEL
ஸ்ரீ ராமமூர்த்தி
ஆக்கத்திலே
தொழில் ஊக்கத்திலே
புய வீக்கத்திலே
உயர் நோக்கத்திலே
காக்கத் திறல்கொண்ட மல்லர்தம் சேனை
K.R. SARMA 21
கடலினிலே உயர் நாடு

25.8.1934

18

பாரத நாடு

பாருக்குள்ளே நல்ல நாடு – எங்கள் பாரத நாடு

யாகத்திலே தவ வேகத்திலே – தனி
யோகத்திலே பல போகத்திலே
ஆகத்திலே தெய்வ பக்தி கொண்டார்தம்
அருளினிலே யுயர் நாடு – இந்தப்   (பாரு)

பாரதி விளக்கம்
பாருக்குள்ளே நல்ல நாடு-எங்கள் பாரத நாடு
ஜனமேஜயன் சர்பயாகம்
விசுவாமித்திரன்
யாகத்திலே
தவவேகத்திலே
தனி யோகத்திலே
பல போகத்திலே
ஆகத்திலே தெய்வ பக்தி
கொண்டார்
தம் அருளினிலே
உயர் நாடு

15.9.1934

19

பாரத நாடு

பாருக்குள்ளே நல்ல நாடு – எங்கள் பாரத நாடு

ஆற்றினிலே சுனை யூற்றினிலே – தென்றற்
காற்றினிலே மலைப் பேற்றினிலே
ஏற்றினிலே பய னீந்திடுங் காலி
யினத்தினிலே யுயர் நாடு – இந்தப் (பாரு)

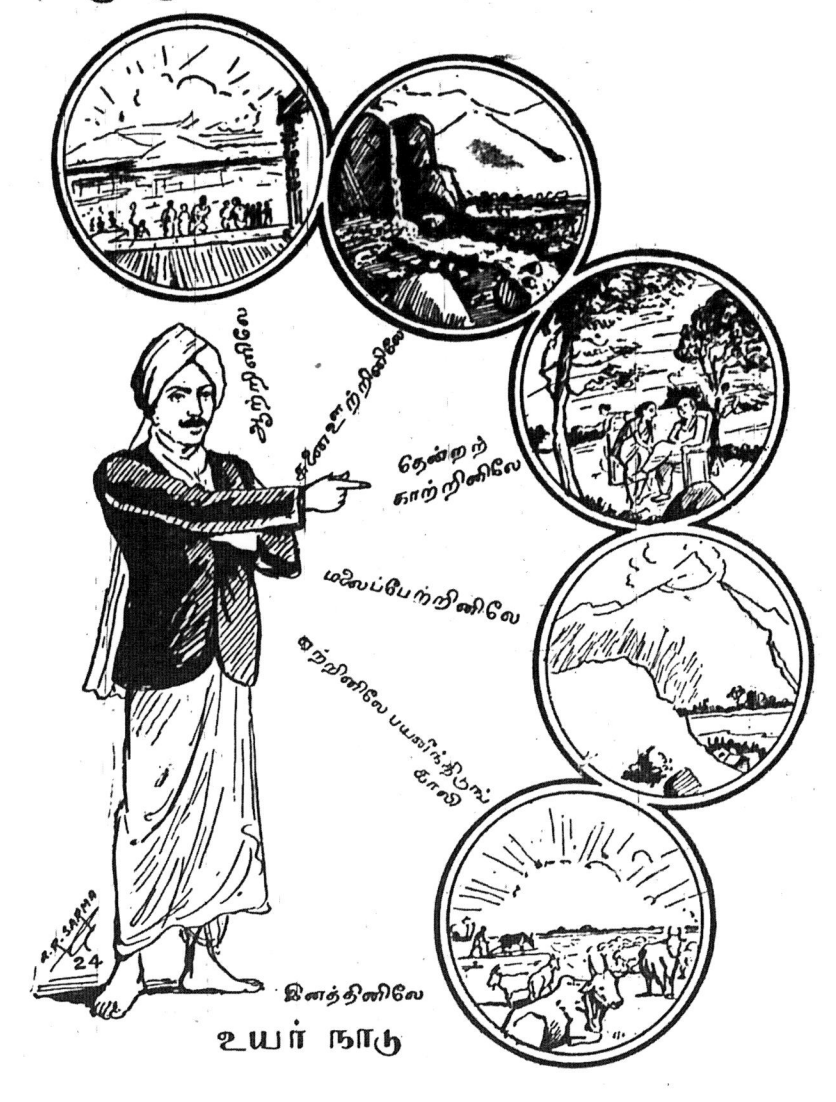

பாரதி விளக்கம்

பாருக்குள்ளே நல்ல நாடு - எங்கள் பாரத நாடு,

22.9.1934

20

பாரத நாடு

பாருக்குள்ளே நல்ல நாடு – எங்கள் பாரத நாடு

தோட்டத்திலே மரக் கூட்டத்திலே – கனி
யீட்டத்திலே பயி ரூட்டத்திலே
தேட்டத்திலே யடங்காத நிதியின்
சிறப்பினிலே யுயர் நாடு – இந்தப்   (பாரு)

பாரதி விளக்கம்.
பாருக்குள்ளே நல்ல நாடு - எங்கள் பாரத நாடு
தோட்டத்திலே
மரக்கூட்டத்திலே
கனியீட்டத்திலே
பயிரூட்டத்திலே
தேட்டத்திலே அடங்காத நிதியின்
சிறப்பினிலே
உயர் நாடு

29.9.1934

21

ஸூர்ய தரிசனம்

ராகம்: பூபாளம்

சுருதி யின்கண் முனிவரும் பின்னே
    தூமொ ழிப்புல வோர்பலர் தாமும்
பெரிது நின்றன் பெருமையென் றேத்தும்
    பெற்றி கண்டுனை வாழ்த்திட வந்தேன்.
பரிதி யேபொருள் யாவிற்கு முதலே!
    பானுவே! பொன்செய் பேரொளித் திரளே!
கருதி நின்னை வணங்கிட வந்தேன்.
    கதிர்கொள் வாண்முகம் காட்டுதி சற்றே. 1

வேதம் பாடிய சோதியைக் கண்டு
    வேள்விப் பாடல்கள் பாடுதற் குற்றேன்.
நாத வார்கட லின்னொலி யோடு
    நற்ற மிழ்ச்சொ லிசையையுஞ் சேர்ப்பேன்.
காத மாயிர மோர்கணத் துள்ளே
    கடுகி யோடும் கதிரினம் பாடி
ஆத வாநினை வாழ்த்திட வந்தேன்.
    அணிகொள் வாண்முகம் காட்டுதி சற்றே. 2

பாரதி விளக்கம்

ஸூர்ய தரிசனம்

ராகம் — பூபாளம்.

1. சுருதியின் கண்முனிவரும் பின்னே
   தூமொழிப் புலவோர் பலர் தாமும்
   பெரிது நின்றன் பெருமையென் றேத்தும்
   பெற்றி கண்டுனை வாழ்த்திட வந்தேன்
   பரிதியே பொருள் யாவிற்கு முதலே
   பானுவே பொன்செய் பேரொளித் திரளே
   கருதி நின்னை வணங்கிட வந்தேன்
   கதிர்கொள் வாண்முகம் காட்டுதி சற்றே
2. வேதம் பாடிய சோதியைக் கண்டு
   வேள்விப் பாடல்கள் பாடுதற் குற்றேன்
   நாத வார்கடலின் ஒலியோடு
   நற்றமிழ்ச் சொல் லிசையையுஞ் சேர்ப்பேன்
   காத மாயிரமோர் கணத்துள்ளே
   கடுகி யோடுங் கதிரினம் பாடி
   ஆதவா நினை வாழ்த்திட வந்தேன்
   அணிகொள் வாண்முகம் காட்டுதி சற்றே.

6.10.1934

22

வெண்ணிலா

மோத வருங்கரு மேகத் திரளினை
 வெண்ணிலாவே – நீ
முத்தி னொளிதந் தழகுறச் செய்குவை
 வெண்ணிலாவே

மெல்லிய மேகத் திரைக்குள் மறைந்திடும்
 வெண்ணிலாவே – உன்றன்
மேனி யழகு மிகைபடக் காணுது
 வெண்ணிலாவே.

பாரதி விளக்கம்

வெண்ணிலா

13.10.1934

23

காணி நிலம்

காணி நிலம்வேண்டும் – பராசக்தி
காணி நிலம்வேண்டும் – அங்கு
தூணி லழகியதாய் – நன்மாடங்கள்
துய்ய நிறத்தினதாய் – அந்தக்
காணி நிலத்திடையே – யொர்மாளிகை
கட்டித் தரவேண்டும் – அங்கு
கேணி யருகினிலே – தென்னைமரம்
கீற்று மிள நீரும்   1

பத்துப் பனிரண்டு – தென்னைமரம்
பக்கத்தி லேவேணும் – நல்ல
முத்துச் சுடர்போலே – நிலாவொளி
முன்பு வரவேணும் – அங்கு
கத்துங் குயிலோசை – சற்றேவந்து
காதிற் படவேணும் – என்றன்
சித்த மகிழ்ந்திடவே – நன்றாயிளந்
தென்றல் வரவேணும்   2

பாட்டுக் கலந்திடவே – அங்கேயொரு
பத்தினிப் பெண்வேணும் – எங்கள்
கூட்டுக் களியினிலே – கவிதைகள்
கொண்டு தரவேணும் – அந்தக்
காட்டு வெளியினிலே – அம்மா, நின்றன்
காவலுற வேணும் – என்றன்
பாட்டுத் திறத்தாலே – இவ்வையத்தைப்
பாலித் திடவேணும்.   3

தொகுப்பும் பதிப்பும்: ய. மணிகண்டன்

பாரதி விளக்கம்.

20.10.1934

24

ஜயபேரிகை

ஜய பேரிகை கொட்டடா – கொட்டடா! கொட்டடா!

பயமெனும் பேய்தனை அடித்தோம் – துன்பப்
பாம்பைப் பிளந்துயிரைக் குடித்தோம்
வியனுல கனைத்தையும் அமுதென நுகரும்
வேதவாழ் வினைக்கைப் பிடித்தோம் (ஜய) 1

பாரதி விளக்கம்

ஜய பேரிகை

ஜய பேரிகை கொட்டடா -
கொட்டடா
ஜய பேரிகை கொட்டடா!

பயமெனும் பேய்தனை யடித்தோம்
— பொய்மைப்
பாம்பைப் பிளந்துயிரைக் குடித்தோம்
வியனுலக னைத்தையும் அமுதென
நுகரும்
வேத வாழ்வினைக் கைப்பிடித்தோம்
— (ஜய)

27.10.1934

25

குரு தர்சனம்

[பாரதி அறுபத்தாறு]

அன்றொருநாட் புதுவைநகர் தனிலே கீர்த்தி
அடைக்கலஞ்சே ரீசுவரன் தர்ம ராஜா
என்றபெயர் வீதியிலோர் சிறிய வீட்டில்
ராஜாரா மையனென்ற நாகைப் பார்ப்பான்
முன்றனது பிதாதமிழி லுபநி டத்தை
மொழிபெயர்த்து வைத்ததனைத் திருத்தச் சொல்லி
என்றனைவேண் டிக்கொள்ள, யான்சென் றாங்கண்
இருக்கையிலே யங்குவந்தான் குள்ளச் சாமி.

பாரதி விளக்கம்

குரு தர்சனம்

அன்றொருநாட் புதுவை நகர்தனிலே கீர்த்தி
அடைக்கலஞ் சேர் ஈசுவரன் தர்மராஜா
என்றபெயர் வீதியி லோர் சிறிய வீட்டில
ராஜா ராமைய னென்ற நாகை பார்ப்பான்
முன்றனது பிதா தமிழிலுப நிடதத்தை
மொழி பெயர்த்து வைத்ததனைத் திருத்தச்சொல்லி
என்றனை வேண்டிக் கொள்ள யான் சென்றங்கண்
இருக்கையிலே யங்குவந்தான் குள்ளச்சாமி

3.11.1934

26

குரு தர்சனம்

[பாரதி அறுபத்தாறு]

பற்றியகை திருகியந்தக் குள்ளச் சாமி
 பரிந்தோடப் பார்த்தான்;யான் விடவே யில்லை
சுற்றுமுற்றும் பார்த்துப்புன் முறுவல் பூத்தான்;
 தூயதிருக் கமலபதத் துணையைப் பார்த்தேன்;
குற்றமற்ற தேசிகனுந் திமிறிக் கொண்டு
 குதித்தோடி யவ்வீட்டுக் கொல்லை சேர்ந்தான்;
மற்றவன்பின் யானோடி விரைந்து சென்று
 வானவனைக் கொல்லையிலே மறித்துக் கொண்டேன்.

பாரதி விளக்கம்.

குரு தர்சனம்.

பற்றிய கைதிருகிக் குள்ளச்சாமி
பரிந்தோடப் பார்த்தான்; யான் விடவேயில்லை
சுற்றுமுற்றும் பார்த்துப் புன்முறுவல் பூத்தான்
தூய திருக்கமலபதத் துணையைப் பார்த்தேன்
குற்றமற்ற தேசிகனுந் திமிறிக்கொண்டு
குதித்தோடியவ் வீட்டுக்கொல்லை சேர்ந்தான்
மற்றவனைப்பின் பற்றோடி விரைந்து சென்று
வானவனைக் கொல்லையிலே மறித்துக் கொண்டேன்.

10.11.1934

27

உபதேசம்

[பாரதி அறுபத்தாறு]

பக்கத்து வீடிடிந்து சுவர்கள் வீழ்ந்த
 பாழ்மனையொன் றிருந்ததங்கே; பரம யோகி
ஒக்கத்தன் னருள்விழியா லென்னை நோக்கி
ஒருகுட்டிச் சுவர்காட்டிப் பரிதி காட்டி
அக்கணமே கிணற்றுளதன் விம்பங் காட்டி
 "அறிதிகொலோ?" எனக்கேட்டான் "அறிந்தேன்" என்றேன்.
மிக்கமகிழ் கொண்டவனுஞ் சென்றான்; யானும்
 வேதாந்த மரத்திலொரு வேரைக் கண்டேன்.

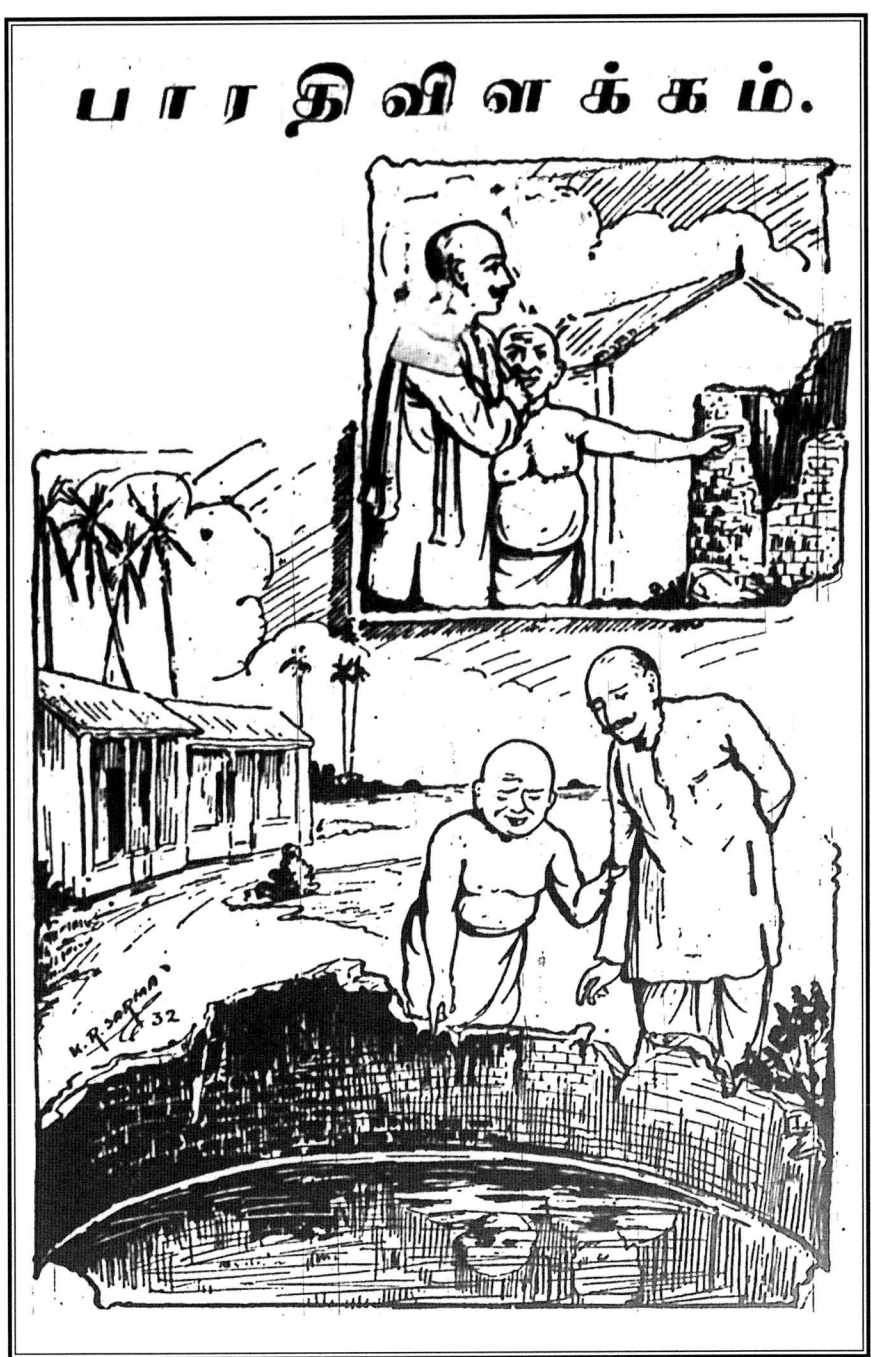

பாரதி விளக்கம்.

17.11.1934

28

[உபதேசம்]

[பாரதி அறுபத்தாறு]

மற்றொருநாட் பழங்கந்தை யழுக்கு மூட்டை
    வளமுறவே கட்டியவன் முதுகின் மீது
கற்றவர்கள் பணிந்தேத்துங் கமலப் பாதன்
    கருணைமுன் சுமந்துகொண்டென் னெதிரே வந்தான்
சற்றுநகை புரிந்தவன்பாற் கேட்க லானேன்:
    "தம்பிரா னே,யிந்தத் தகைமை யென்னே?
முற்றுமிது பித்தருடைச் செய்கை யன்றோ?
    மூட்டைசுமந் திடுவதென்னே? மொழிவாய்" என்றேன்.

பாரதி விளக்கம்

மற்றொருநாட் பழங்கந்தை யழுக்கு மூட்டை
வளமுறவே கட்டியவன் முதுகின் மீது
கற்றவர்கள் பணிந் தேத்துங் கமலப் பாதக்
கருணைமுனி சுமந்துகொண் டென்னெதிரே வந்தான்
சற்றுநகை புரிந்தவன் பாற்கேட்க லானேன்;
"தம்பிரானே, இந்தத் தகைமை யென்னே?
முற்றுமிது பித்தருடைச் செய்கை யன்றோ?
மூட்டை சுமந்திடுவ தென்னே? மொழிவாய்"—என்றேன்.

24.11.1934

29

வெறி கொண்ட தாய்

பேயவள் காணெங்க ளன்னை – பெரும்
பித்துடையா ளெங்க ளன்னை
காயழ லேந்திய பித்தன் – தனைக்
காதலிப் பாளெங்க ளன்னை (பேயவள்) 1

இன்னிசை யாமின்பக் கடலில் – எழுந்
தெற்றும் அலைத்திரள் வெள்ளந்
தன்னிடை மூழ்கித் திளைப்பாள் – அங்குத்
தாவிக் குதிப்பாளெம் மன்னை (பேயவள்) 2

தீஞ்சொற் கவிதையஞ் சோலை – தனில்
தெய்விக நன்மணம் வீசும்
தேஞ்சொரி மாமலர் சூடி – மதுத்
தேக்கி நடிப்பளெம் மன்னை (பேயவள்) 3

வேதங்கள் பாடுவள் காணீர் – உண்மை
வேல்கையிற் பற்றிக் குதிப்பாள்
ஓதருஞ் சாத்திரம் கோடி – உணர்ந்
தோதி யுலகெங்கும் விதைப்பாள் (பேயவள்) 4

பாரதப் போரெனி லெளிதோ ? – விறற்
பார்த்தன்கை வில்லிடை யொளிர்வாள்
மாரதர் கோடிவந் தாலும் – கண
மாய்த்துக் குருதியிற் றிளைப்பாள் (பேயவள்) 5

பாரதி விளக்கம்

வெற்றி கொண்ட தாய்

2.3.1935

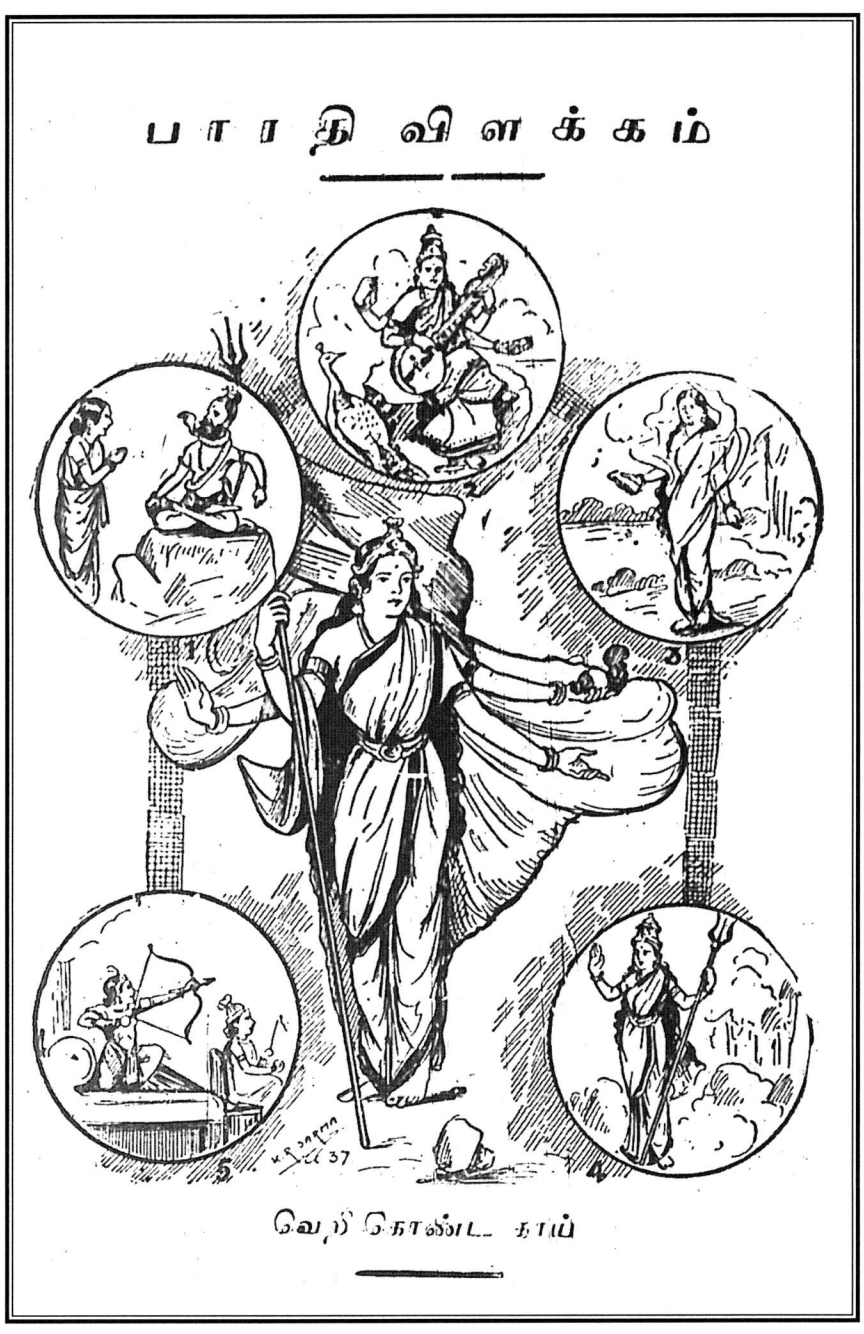

30

ஆறு துணை

ஓம்சக்தி ஓம்சக்தி ஓம் – பராசக்தி
ஓம்சக்தி ஓம்சக்தி ஓம்.
ஓம்சக்தி ஓம்சக்தி ஓம்சக்தி – ஓம்சக்தி
ஓம்சக்தி ஓம்சக்தி ஓம்.

கணபதி ராயன் – அவனிரு
காலைப் பிடித்திடுவோம்
குணமுயர்ந் திடவே – விடுதலை
கூடி மகிழ்ந்திடவே. (ஓம்சக்தி ஓம்சக்தி ஓம்) 1

சொல்லுக் கடங்காவே – பராசக்தி
சூரத் தனங்களெல்லாம்
வல்லமை தந்திடுவாய் – பராசக்தி
வாழியென் றேதுதிப்போம் (ஓம்சக்தி ஓம்சக்தி ஓம்) 2

வெற்றி வடிவேலன் – அவனுடை
வீரத்தி னைப்புகழ்வோம்
சுற்றிநில் லாதேபோ! – பகையே!
துள்ளி வருகுதுவேல். (ஓம்சக்தி ஓம்சக்தி ஓம்) 3

தாமரைப் பூவினிலே – சுருதியைத்
தனியி ருந்துரைப்பாள்
பூமணித் தாளினையே – கண்ணிலொற்றிப்
புண்ணிய மெய்திடுவோம். (ஓம்சக்தி ஓம்சக்தி ஓம்) 4

பாம்புத் தலைமேலே – நடஞ்செயும்
பாதத்தி னைப்புகழ்வோம்
மாம்பழ வாயினிலே – குழலிசை
வண்மை புகழ்ந்திடுவோம். (ஓம்சக்தி ஓம்சக்தி ஓம்) 5

செல்வத் திருமகளைத் – திடங்கொண்டு
சிந்தனை செய்திடுவோம்
செல்வமெல் லாந்தருவாள் – நமதொளி
திக்கனைத் தும்பரவும். (ஓம்சக்தி ஓம்சக்தி ஓம்) 6

9.3.1935

31

பக்தி

பல்லவி

பக்தியி னாலே – தெய்வ – பக்தியி னாலே

சரணங்கள்

பக்தியி னாலே – இந்தப்
பாரினி லெய்திடு மேன்மைகள் கேளடி
சித்தந் தெளியும் – இங்கு
செய்கை யனைத்திலும் வல்லமை தோன்றிடும்
வித்தை வளரும் – நல்ல
வீர ருறவு கிடைக்கு மனத்திடைத்
தத்துவந் தோன்றும் – நெஞ்சில்
சஞ்சல மின்றி யுறுதி நிலைபெறும்   (பக்தியி னாலே)

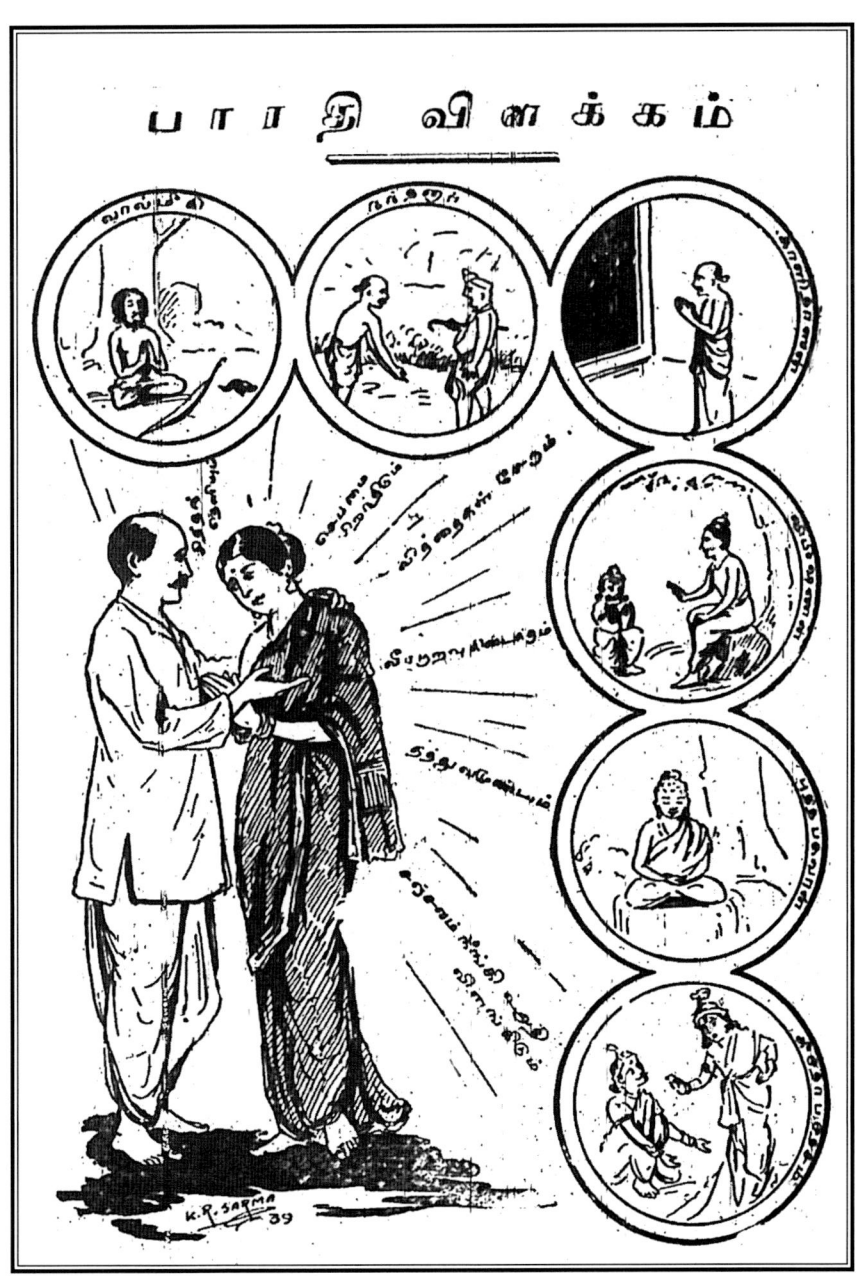

16.3.1935

32

பக்தி

பல்லவி

பக்தியி னாலே – தெய்வ – பக்தியி னாலே

சரணம்

காமப் பிசாசைக் – குதிக்
    கால்கொண் டடித்து விழுத்திட லாகுமித்
தாமஸப் பேயைக் – கண்டு
    தாக்கி மடித்திட லாகுமெந் நேரமும்
தீமையை எண்ணி – அஞ்சுந்
    தேம்பற் பிசாசைத் திருகியெ றிந்துபொய்ந்
நாம மிலாதே – உண்மை
    நாமத்தி னாலிங்கு நன்மை விளைந்திடும்.
                                        (பக்தியி னாலே)

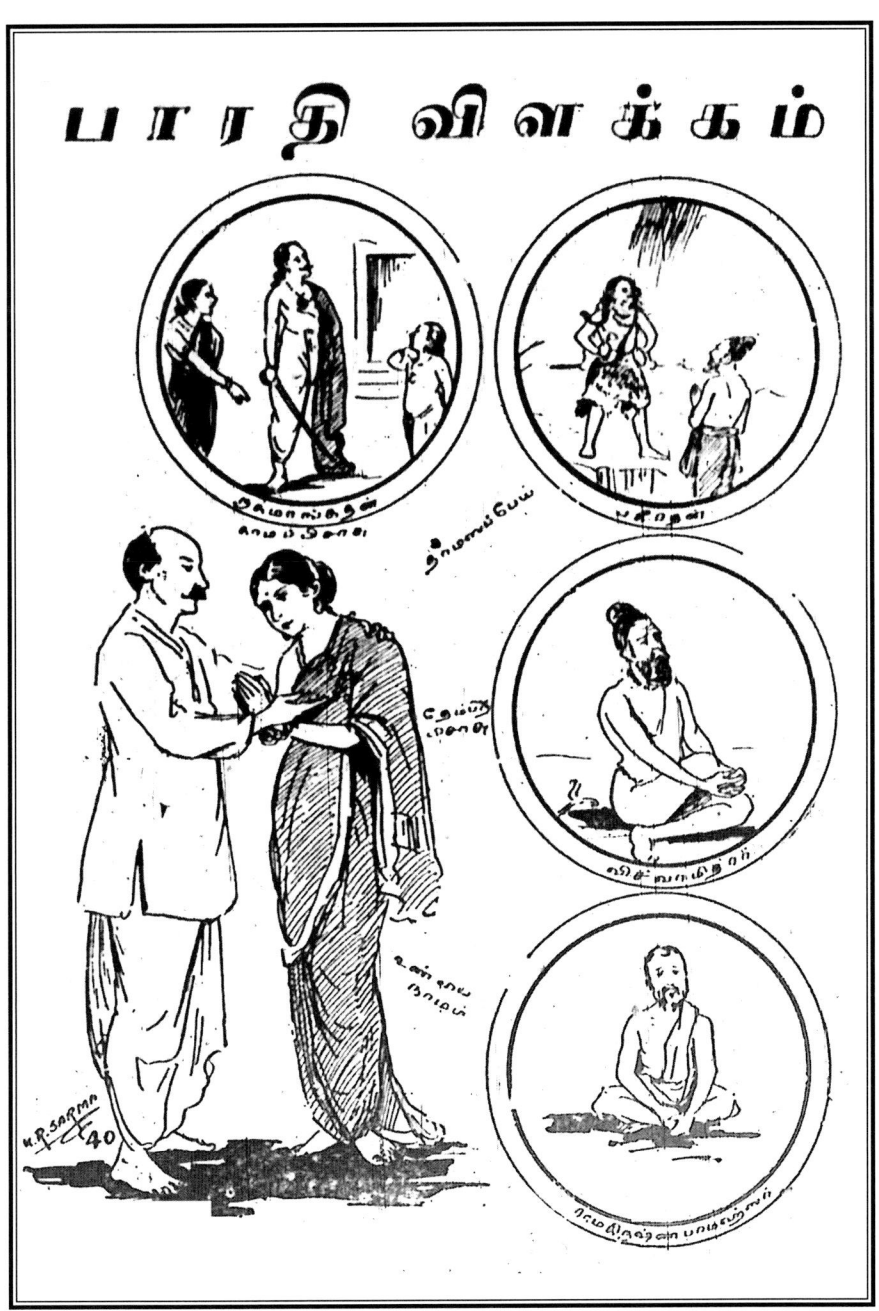

30.3.1935

33

பக்தி

பல்லவி

பக்தியி னாலே – தெய்வ – பக்தியி னாலே

சரணம்

ஆசையைக் கொல்வோம் – புலை
 யச்சத்தைச் சுட்டுப் பொசுக்கிடு வோம்கெட்ட
பாச மறுப்போம் – இங்கு
 பார்வதி சக்தி விளங்குதல் கண்டதை
மோசஞ்செய் யாமல் – உண்மை
 முற்றிலுங் கண்டு வணங்கி வணங்கியோர்
ஈசனைப் போற்றி – இன்பம்
 யாவையு முண்டு புகழ்கொண்டு வாழ்குவம்.
(பக்தியி னாலே)

6.4.1935

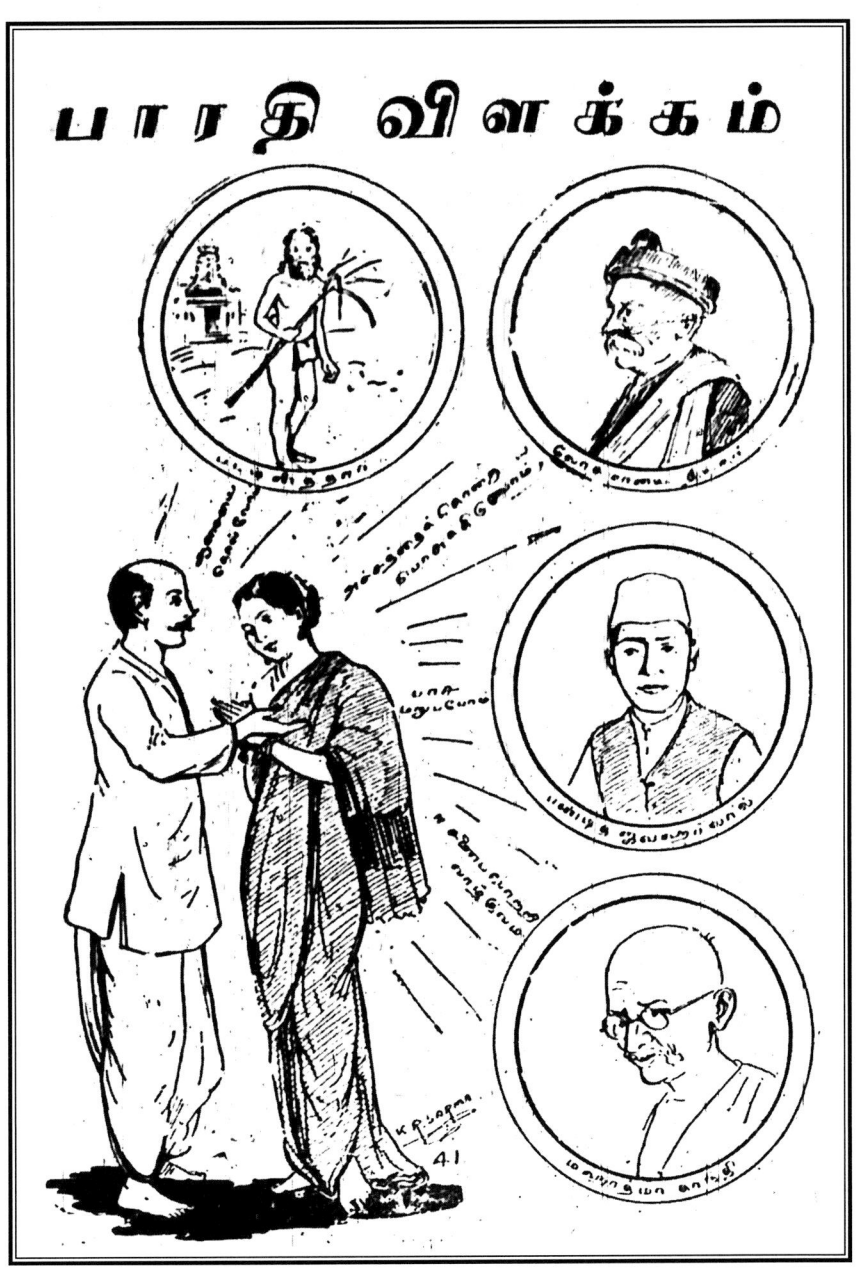

34

பக்தி

பல்லவி

பக்தியி னாலே – தெய்வ – பக்தியி னாலே

சரணம்

சோர்வுகள் போகும் – பொய்ச்
  சுகத்தினைத் தள்ளிமெய்ச் சுகம்பெற லாகுநற்
பார்வைகள் தோன்றும் – மிடிப்
  பாம்பு கடித்த விடமகன் றேநல்ல
சேர்வைகள் சேரும் – பல
  செல்வங்கள் வந்து மகிழ்ச்சி பிறந்திடும்
தீர்வைகள் தீரும் – பிணி
  தீரும் பலபல இன்பங்கள் சேர்ந்திடும்
                              (பக்தியி னாலே)

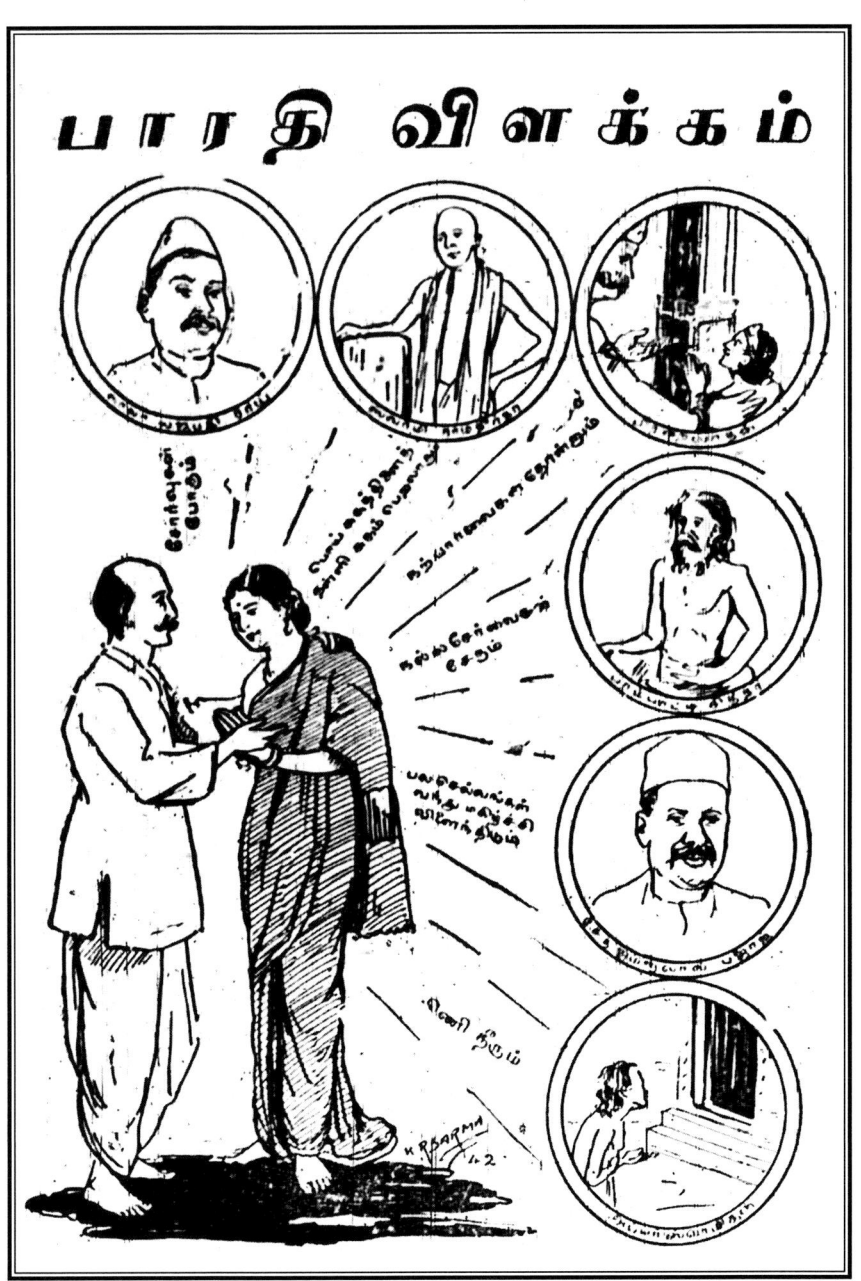

20.4.1935

35

பக்தி

பல்லவி

பக்தியி னாலே – தெய்வ – பக்தியி னாலே

சரணம்

கல்வி வளரும் – பல
காரியம் கையுறும் வீரிய மோங்கிடும்
அல்ல லொழியும் – நல்ல
ஆண்மையுண் டாகு மறிவு தெளிந்திடும்
சொல்லுவ தெல்லாம் – மறைச்
சொல்லினைப் போலப் பயனுள தாகுமெய்
வல்லமை தோன்றும் – தெய்வ
வாழ்க்கையுற் றேயிங்கு வாழ்ந்திட லாமுண்மை
(பக்தியி னாலே)

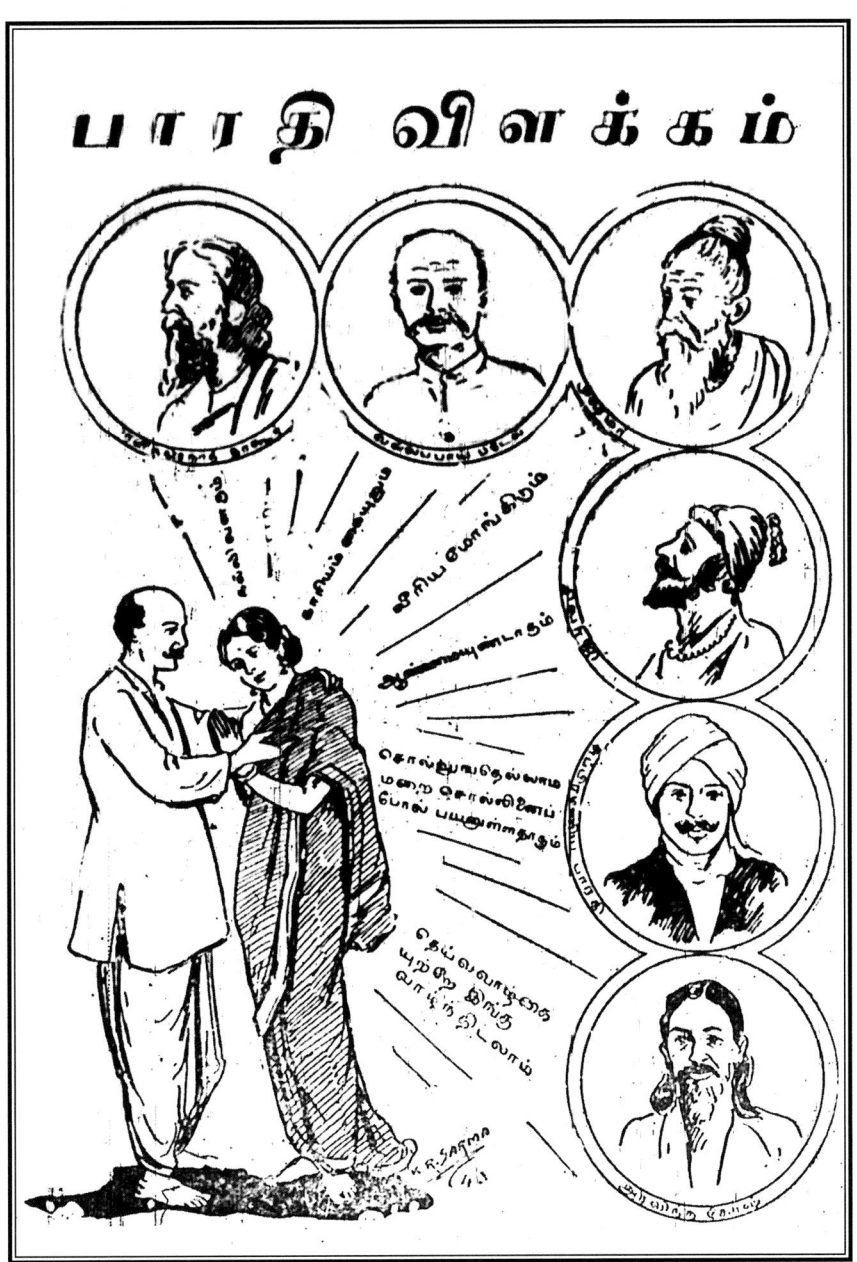

பாரதி விளக்கம்
வீரிய மோங்கிடும்
ஆண்மையுண்டாகும்
சொல்லுவதெல்லாம
மறை சொல்லினைப்
போல் பயனுள்ளதாகும்
தெய்வவாழ்க்கை
யுற்றே இங்கு
வாழ்ந்திடலாம்
K.R. SARMA

27.4.1935

36

லக்ஷ்மி காதல்

[மூன்று காதல்]

இந்த நிலையினிலே – அங்கொர்
இன்பப் பொழிலி னிடையினில் வேறொரு
சுந்தரி வந்துநின்றாள் – அவள்
சோதி முகத்தி னழகினைக் கண்டென்றன்
சிந்தை திறைகொடுத்தேன் – அவள்
செந்திரு வென்று பெயர்சொல்லி னாள்;மற்றும்
அந்தத் தினமுதலா – நெஞ்சம்
ஆரத் தழுவிட வேண்டுகின் றேனம்மா!

பாரதி விளக்கம்

8.6.1935

37

காளி காதல்

[மூன்று காதல்]

பின்னொ ரிராவினிலே – கரும்
பெண்மை யழகொன்று வந்தது கண்முன்பு
கன்னி வடிவமென்றே – களி
கண்டு சற்றேயரு கிற்சென்று பார்க்கையில்
அன்னை வடிவமடா – இவள்
ஆதி பராசக்தி தேவிய டா,இவள்
இன்னருள் வேண்டுமடா – பின்னர்
யாவு முலகில் வசப்பட்டுப் போமடா!

செல்வங்கள் பொங்கிவரும் – நல்ல
தெள்ளறி வெய்தி நலம்பல சார்ந்திடும்;
அல்லும் பகலுமிங்கே – இவை
யத்தனை கோடிப் பொருளினுள் ளேநின்று
வில்லை யசைப்பவளை – இந்த
வேலை யனைத்தையுஞ் செய்யும் வினைச்சியைத்
தொல்லை தவிர்ப்பவளை – நித்தம்
தோத்திரம் பாடித் தொழுதிடு வோமடா.

பாரதி விளக்கம்

15.6.1935

38

முருகன் பாட்டு

பல்லவி

முருகா – முருகா – முருகா

சரணம்

வருவாய் மயில்மீ தினிலே
வடிவே லுடனே வருவாய்
தருவாய் நலமுந் தகவும் புகழும்
தவமுந் திறமுந் தனமுங் கனமும்

தொகுப்பும் பதிப்பும்: ய. மணிகண்டன்

பாரதி விளக்கம்

முருகன் பாட்டு

பல்லவி

முருகா—முருகா—முருகா

சரணம்

வருவாய் மயில்மீ தினிலே
வடிவே லுடனே வருவாய்
தருவாய் நலமுந் தகவும் புகழும்
தவமுந் திறமும் தனமுங் கனமும்

22.6.1935

39

கிருஷ்ணார்ஜுன தரிசனம்

[ஆரிய தரிசனம் – ஓர் கனவு]

வில்லினை யெடடா – கையில்
வில்லினை யெடடா – அந்தப்
புல்லியர் கூட்டத்தைப் பூழ்திசெய் திடடா

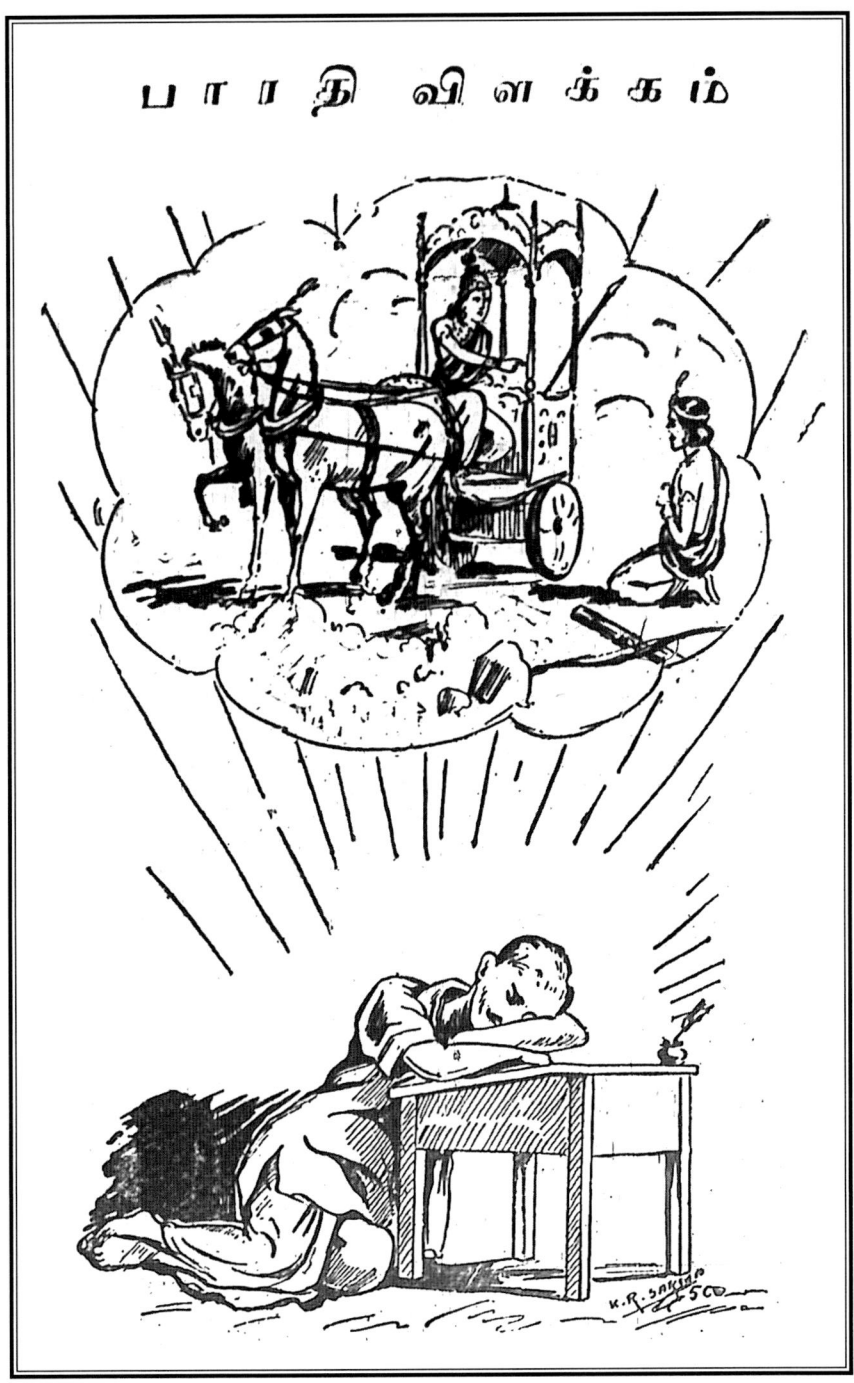

பாரதி விளக்கம்

6.7.1935

40

வேண்டும்

மனதி லுறுதி வேண்டும்
   வாக்கினிலே யினிமை வேண்டும்
நினைவு நல்லது வேண்டும்
   நெருங்கினபொருள் கைப்பட வேண்டும்
கனவு மெய்ப்பட வேண்டும்
   கைவசமாவது விரைவில் வேண்டும்
தனமு மின்பமும் வேண்டும்
   தரணியிலே பெருமை வேண்டும்.   1

கண்தி றந்திட வேண்டும்
   காரியத்தி லுறுதி வேண்டும்
பெண்வி டுதலை வேண்டும்
   பெரியகடவுள் காக்க வேண்டும்
மண்ப யனுற வேண்டும்
   வானகமிங்கு தென்பட வேண்டும்
உண்மை நின்றிட வேண்டும்.   2

   ஓம், ஓம், ஓம், ஓம்

பாரதி விளக்கம்

வேண்டும்

மனதி லுறுதி வேண்டும்
வாக்கினிலே யினிமை வேண்டும்
நினைவு நல்லது வேண்டும்
நெருங்கின் பொருள் கைப்படவேண்டும்
கனவு மெய்ப் படவேண்டும்
கைவசமாவது விரைவில்வேண்டும்
தனமு மின்பமும் வேண்டும்
தரணியிலே பெருமை வேண்டும்
கண் திறந்திட வேண்டும்
சாரியத்தி லுறுதி வேண்டும்
பெண் விடுதலை வேண்டும்
பெரியகடவுள் காக்கவேண்டும்
மண் பயனுற வேண்டும்
வானகமிங்கு தேன்படவேண்டும்
உண்மை நின்றிட வேண்டும்

ஓம் ஓம் ஓம் ஓம்

13.7.1935

41

முத்துமாரி

உலகத்து நாயகியே – எங்கள் முத்து
மாரியம்மா, எங்கள் முத்து மாரீ –
உன்பாதம் சரண்புகுந்தோம் – எங்கள் முத்து
மாரியம்மா, எங்கள் முத்து மாரீ –
கலகத் தரக்கர்பலர் – எங்கள் முத்து
மாரியம்மா, எங்கள் முத்து மாரீ –
கருத்தினுள்ளே புகுந்துவிட்டார் – எங்கள் முத்து
மாரியம்மா, எங்கள் முத்து மாரீ –
பலகற்றும் பலகேட்டும் – எங்கள் முத்து
மாரியம்மா, எங்கள் முத்து மாரீ –
பயனொன்று மில்லையடி – எங்கள் முத்து
மாரியம்மா, எங்கள் முத்து மாரீ –
நிலையெங்கும் காணவில்லை – எங்கள் முத்து
மாரியம்மா எங்கள் முத்து மாரீ –
நின்பாதம் சரண்புகுந்தோம் – எங்கள் முத்து
மாரியம்மா, எங்கள் முத்து மாரீ –   1

துணிவெளுக்க மண்ணுண்டு – எங்கள் முத்து
மாரியம்மா, எங்கள் முத்து மாரீ –
தோல்வெளுக்கச் சாம்பருண்டு – எங்கள் முத்து
மாரியம்மா, எங்கள் முத்து மாரீ –
மணிவெளுக்கச் சாணையுண்டு – எங்கள் முத்து
மாரியம்மா, எங்கள் முத்து மாரீ –
மனம்வெளுக்க வழியில்லை – எங்கள் முத்து
மாரியம்மா, எங்கள் முத்து மாரீ –
பிணிகளுக்கு மாற்றுண்டு – எங்கள் முத்து
மாரியம்மா, எங்கள் முத்து மாரீ –
பேதைமைக்கு மாற்றில்லை – எங்கள் முத்து
மாரியம்மா, எங்கள் முத்து மாரீ –
அணிகளுக்கொ ரெல்லையில்லாய் – எங்கள் முத்து
மாரியம்மா, எங்கள் முத்து மாரீ –
அடைக்கலமிங் குனைப்புகுந்தோம் – எங்கள் முத்து
மாரியம்மா, எங்கள் முத்து மாரீ   2

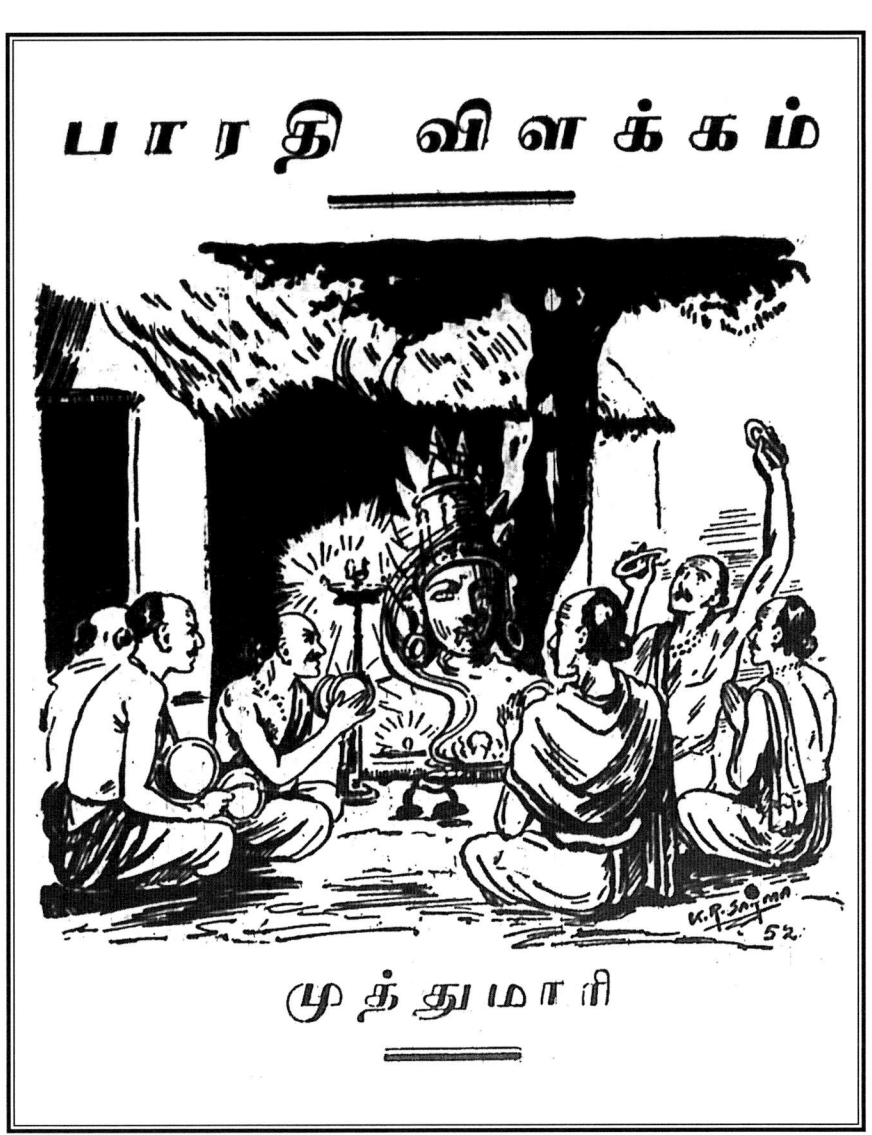

பாரதி விளக்கம்

முத்துமாரி

20.7.1935

42

அழகுத் தெய்வம்

மங்கியதோர் நிலவினிலே கனவிலிது கண்டேன்;
 வயதுபதி னாறிருக்கும்; இளவயது மங்கை
பொங்கிவரும் பெருநிலவு போன்றவொளி முகமும்
 புன்னகையின் புதுநிலவும் போற்றவருந் தோற்றம்!
துங்கமணி மின்போலும் வடிவத்தாள் வந்து
 தூங்காதே யெழுந்தென்னைப் பாரென்று சொன்னாள்
அங்கதனிற் கண்விழித்தேன், அடடாவோ, அடடா!
 அழகென்னுந் தெய்வந்தான் அதுவென்றே யறிந்தேன்.

பாரதி விளக்கம்

27.7.1935

43

கோமதி மகிமை

தாருக வனத்தினிலே – சிவன்
    சரணநன் மலரிடை யுளம்பதித்துச்
சீருறத் தவம்புரிவார் – பர
    சிவன்புக ழமுதினை யருந்திடுவார்
பேருயர் முனிவர்முன்னே – கல்விப்
    பெருங்கடல் பருகிய சூதனென்பான்
தேருமெய்ஞ் ஞானத்தினால் – உயர்
    சிவனிகர் முனிவரன் செப்புகின்றான்: 1

வாழிய முனிவர்களே – புகழ்
    வளர்ந்திடுஞ் சங்கரன் கோயிலிலே
ஊழியைச் சமைத்தபிரான் – இந்த
    உலக மெலாமுருக் கொண்டபிரான்
ஏழிரு புவனத்திலும் – என்றும்
    இயல்பெறும் உயிர்களுக் குயிராவான்
ஆழுநல் லறிவாவான் – ஒளி
    யறிவினைக் கடந்தமெய்ப் பொருளாவான். 2

பாரதி விளக்கம்

3.8.1935

44

பிழைத்த தென்னந்தோப்பு

வயலிடை யினிலே – செழுநீர்
மடுக்கரை யினிலே
அயலெவரு மில்லை – தனியே
ஆறுதல் கொள்ளவந்தேன்.   1

காற்ற டித்ததிலே – மரங்கள்
கணக்கிடத் தகுமோ?
நாற்றி னைப்போலே – சிதறி
நாடெங்கும் வீழ்ந்தனவே!   2

சிறிய திட்டையிலே – உளதோர்
தென்னஞ் சிறுதோப்பு.
வறியவ னுடைமை – அதனை
வாயு பொடிக்கவில்லை.   3

வீழ்ந்தன சிலவாம் – மரங்கள்
மீந்தன பலவாம்.
வாழ்ந்திருக்க வென்றே – அதனை
வாயு பொறுத்துவிட்டான்.   4

பாரதி விளக்கம்

பிழைத்த தென்னந்தோப்பு

10.8.1935

45

ஞாயிறு: ஸூர்ய ஸ்துதி

கடலின் மீது கதிர்களை வீசிக்
    கடுகி வான்மிசை ஏறுதி யையா,
படரும் வானொளி யின்பத்தைக் கண்டு
    பாட்டுப் பாடி மகிழ்வன புட்கள்.
உடல்ப ரந்த கடலுந்த னுள்ளே
    ஒவ்வொர் நுண்டுளி யும்விழி யாகச்
சுடரு நின்றன் வடிவையுட் கொண்டே
    சுருதி பாடிப் புகழ்கின்ற திங்கே. 1

என்ற னுள்ளங் கடலினைப் போலே
    எந்த நேரமு நின்னடிக் கீழே
நின்று தன்னகத் தொவ்வொ ரணுவும்
    நின்றன் ஜோதி நிறைந்தது வாகி
நன்று வாழ்ந்திடச் செய்குவை யையா,
    ஞாயிற் றின்க ணொளிதருந் தேவா
மன்று வானிடைக் கொண்டுல கெல்லாம்
    வாழ நோக்கிடும் வள்ளிய தேவா. 2

காதல் கொண்டனை போலு மண்மீதே!
    கண்பிறழ் வின்றி நோக்குகின் றாயே.
மாதர்ப் பூமியு நின்மிசைக் காதல்
    மண்டி னாளிதி லையமொன் றில்லை
சோதி கண்டு முகத்தி லிவட்கே
    தோன்று கின்ற புதுநகை யென்னே!
ஆதித் தாய்தந்தை நீவி ருமக்கே
    ஆயி ரந்தரம் அஞ்சலி செய்வேன். 3

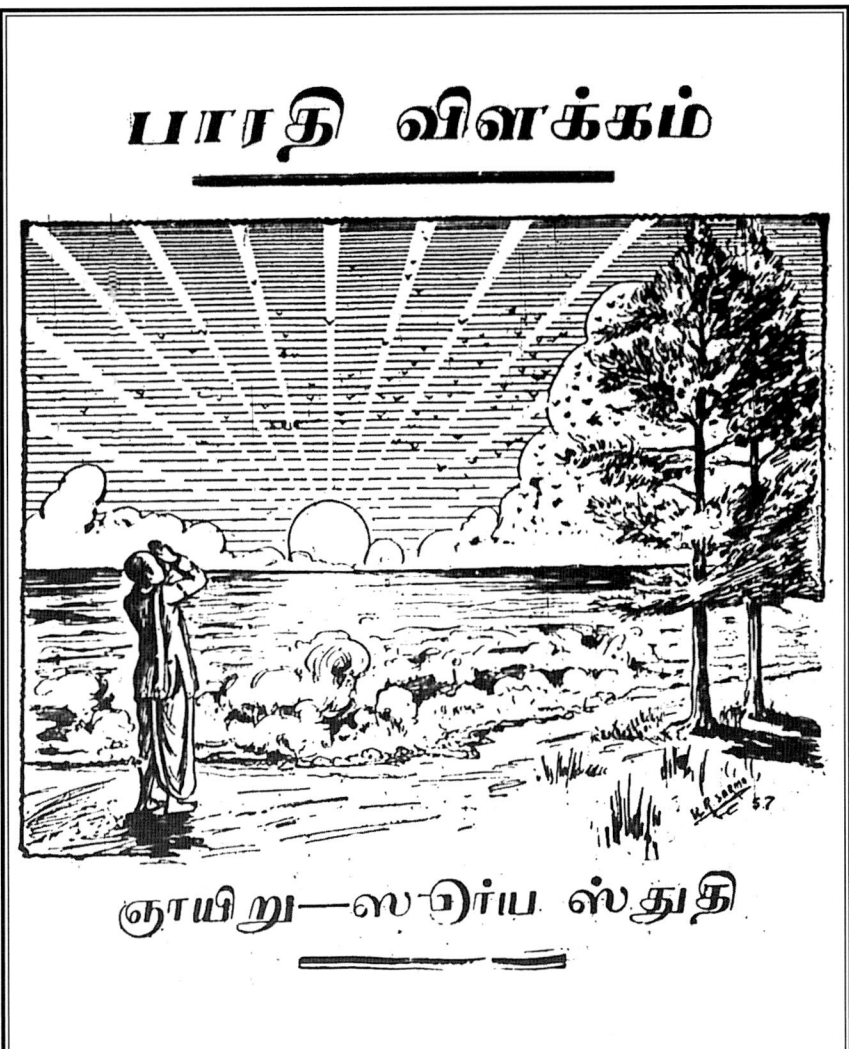

பாரதி விளக்கம்

ஞாயிறு—ஸூர்ய ஸ்துதி

17.8.1935

46

மகா சக்தி

சந்திர னொளியில் அவளைக் கண்டேன்
சரண மென்று புகுந்து கொண்டேன்
இந்திரி யங்களை வென்று விட்டேன்
எனதெ னாசையைக் கொன்று விட்டேன்.   1

பயனெண் ணாமல் உழைக்கச் சொன்னாள்
பக்தி செய்து பிழைக்கச் சொன்னாள்.
துயரி லாதெனைச் செய்து விட்டாள்
துன்ப மென்பதைக் கொய்து விட்டாள்.   2

மீன்கள் செய்யும் ஒளியைச் செய்தாள்
வீசி நிற்கும் வளியைச் செய்தாள்.
வான்க ணுள்ள வெளியைச் செய்தாள்
வாழி நெஞ்சிற் களியைச் செய்தாள்.   3

பாரதி விளக்கம்

மகா சக்தி

24.8.1935

47

காலைப் பொழுது

காலைப் பொழுதினிலே,
கண்விழித்து, மேனிலைமேல்
மேலைச் சுடர்வானை
நோக்கிநின்றோம். விண்ணகத்தே

கீழ்த்திசையில் ஞாயிறுதான்
கேடில் சுடர்விடுத்தான்;
பார்த்தவெளி யெல்லாம்
பகலொளியாய் மின்னிற்றே.

தென்னை மரத்தின்
கிளையிடையே தென்றல்போய்
மன்னப் பருந்தினுக்கு
மாலையிட்டுச் சென்றதுவே.

தென்னை மரக்கிளைமேற்
சிந்தனையோ டோர்காகம்
வன்னமுற வீற்றிருந்து
வானைமுத்த மிட்டதுவே.

பாரதி விளக்கம்

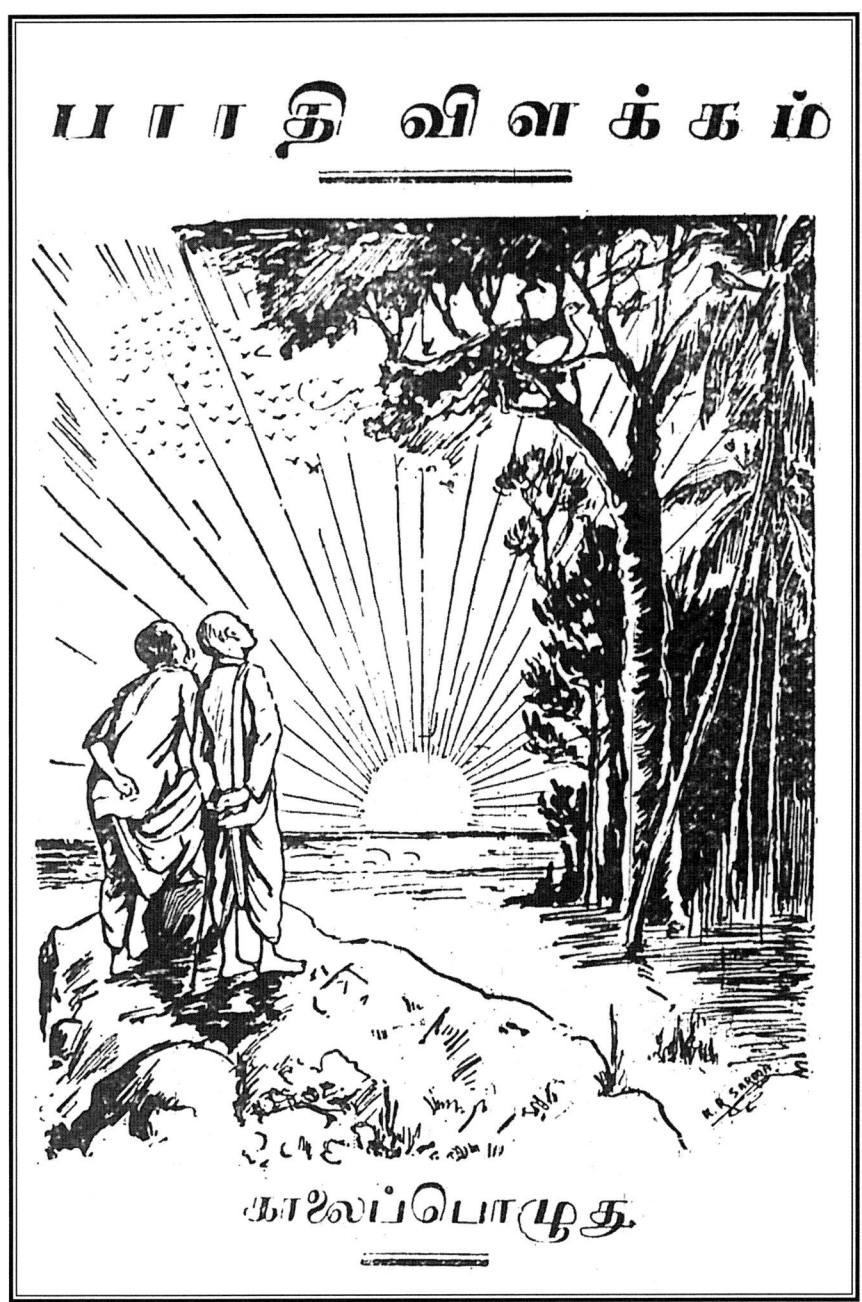

காலைப்பொழுது.

31.8.1935

48

அந்திப் பொழுது

காவென்று கத்திடுங் காக்கை – என்றன்
கண்ணுக் கினிய கருநிறக் காக்கை
மேவிப் பலகிளை மீதில் – இங்கு
விண்ணிடை யந்திப் பொழுதினைக் கண்டே
கூவித் திரியுஞ் சிலவே – சில
கூட்டங்கள் கூடித் திசைதொறும் போகும்.
தேவி பராசக்தி யன்னை – விண்ணிற்
செவ்வொளி காட்டிப் பிறைதலைக் கொண்டாள்

காதலியின் பாட்டு

கோல மிட்டு விளக்கினை யேற்றிக்
கூடி நின்று பராசக்தி முன்னே
ஓல மிட்டுப் புகழ்ச்சிகள் சொல்வார்
உண்மை கண்டிலர் வையத்து மாக்கள்
ஞால முற்றும் பராசக்தி தோற்றம்
ஞான மென்ற விளக்கினை யேற்றிக்
கால முற்றுந் தொழுதிடல் வேண்டும்
காத லென்பதோர் கோயிலின் கண்ணே.

பாரதி விளக்கம்

7.9.1935

49

வேலன் பாட்டு

வில்லினை யொத்த புருவம் வளைத்தனை
  வேலவா – அங்கொர்
வெற்பு நொறுங்கிப் பொடிப்பொடி
  யானது வேலவா!
சொல்லினைத் தேனிற் குழைத்துரைப் பாள்சிறு
  வள்ளியைக் – கண்டு
சொக்கி மரமென நின்றனை
  தென்மலைக் காட்டிலே.

கல்லினைப் போல வலிய மனங்கொண்ட
  பாதகன் – சிங்கன்
கண்ணிரண் டாயிரங் காக்கைக்
  கிரையிட்ட வேலவா!
பல்லினைக் காட்டிவெண் முத்தைப் பழித்திடும்
  வள்ளியை – ஒரு
பார்ப்பனக் கோலந் தரித்துக் கரந்
  தொட்ட வேலவா!

பாரதி விளக்கம்

வேலன் பாட்டு

வில்லினை யொத்த புருவம் வளைத்தனை,
வேலவா — அங்கோர்

வெற்பு நொறுங்கிப் பொடிப்பொடி
யானது வேலவா

சொல்லினைத் தேனிற் குழைத்துரைப் பாள்
சிறு வள்ளியைக்

கண்டு சொக்கி மரமென நின்றனை
தென்மலைக் காட்டிலே

கல்லினை யொத்த வலியமனம் கொண்ட
பாதகன் சிங்கன்

கண்ணிரண் டாயிரங் காக்கைக்
கிரையிட்ட வேலவா

பல்லினைக் காட்டி வெண்முத்தைப் பழித்திடும்
சிறு வள்ளியை ஒரு

பார்ப்பனக் கோலங்கொண்டு
கைத்தொட்ட வேலவா!

14.9.1935

50

வேலன் பாட்டு

வெள்ளலைக் கைகளைக் கொட்டி முழக்குங்
　　கடலினை – உடல்
　வெம்பி மறுகிக் கருகிப்
　　புகைய வெருட்டினாய்
கிள்ளை மொழிச்சிறு வள்ளி யெனும்பெயர்ச்
　　செல்வத்தை – என்றும்
　கேடற்ற வாழ்வினை யின்ப
　　விளக்கை மருவினாய்.

கொள்ளைகொண் டேயம ராவதி வாழ்வு
　　குலைத்தவன் – பானு
　கோபன் தலைபத்துக் கோடி
　　துணுக்குறக் கோபித்தாய்!
துள்ளிக் குலாவித்திரியுஞ் சிறுவன
　　மானைப்போல் – தினைத்
　தோட்டத்திலே வாழ்ந்ததோர் பெண்ணை
　　மணங்கொண்ட வேலவா.

பாரதி விளக்கம்

வேலன் பாட்டு

வெள்ளலைக் கைகளை கொட்டி முழக்கும்
கடலினை—உடல்
வெம்பி மருகிக் கருகிக் புகைய
வெருட்டினாய்
கிள்ளை மொழிச் சிறு வள்ளி யெனும்
பெயர்ச் செல்வத்தை—என்றும்
கேடற்ற வாழ்வினை யின்ப விளக்கை
மருவினாய்
கொள்ளை கொண்டே அமராவதி வாழ்வு
குலைத்தவன்—பாவி
கோபன் தலை பத்துக் கோடி துணுக்குற
கோபித்தாய்.
தள்ளிக் குலாவித் திரியுஞ் சிறுவனை
மானைப்போல்—தினைத்
தோட்டத்திலே யொரு பெண்ணை மணங்
கொண்ட வேலவா.

21.9.1935

51

வேலன் பாட்டு

ஆறு சுடர்முகங் கண்டு விழிக்கின்ப
 மாகுதே - கையில்
அஞ்ச லெனுங்குறி கண்டு
 மகிழ்ச்சியுண் டாகுதே.
நீறுபடக் கொடும் பாவம்
 பிணிபசி யாவையும் - இங்கு
நீக்கி யடியரை நித்தமுங்
 காத்திடும் வேலவா.

கூறு படப்பல கோடி யவுணரின்
 கூட்டத்தைக் - கண்டு
கொக்கரித் தண்டங் குலுங்கச்
 நகைத்திடுங் கோழியாய்
மாறு படப்பல வேறு வடிவொடு
 தோன்றுவாள் - எங்கள்
வைரவி பெற்ற பெருங்கன
 லேவடி வேலவா.

28.9.1935

52

நவராத்திரிப் பாட்டு

[அடைக்கலம்]

மாதா பராசக்தி வையமெலா நீநிறைந்தாய்
ஆதார முன்னையல்லால் ஆரெமக்குப் பாரினிலே?
ஏதா யினும்வழிநீ சொல்வாய்; எமதுயிரே.
வேதாவின் தாயே மிகப்பணிந்து வாழ்வோமே.   1

வாணி

வாணி கலைத்தெய்வம், மணிவாக் குதவிடுவாள்
ஆணிமுத்தைப் போலே யறிவுமுத்து மாலையினாள்
காணுகின்ற காட்சியாய்க் காண்பதெல்லாங் காட்டுவதாய்
மாணுயர்ந்து நிற்பாள் மலரடியே சூழ்வோமே.   2

சீதேவி

பொன்னரசி, நாரணனார் தேவி, புகழரசி
மின்னுநவ ரத்தினம்போல் மேனி யழகுடையாள்
அன்னையவள் வையமெலாம் ஆதரிப்பாள் சீதேவி
தன்னிருபொற் றாளே சரண்புகுந்து வாழ்வோமே.   3

பார்வதி

மலையிலே தான்பிறந்தாள், சங்கரனை மாலையிட்டாள்
உலையிலே யூதி உலகக் கனல்வளர்ப்பாள்
நிலையி லுயர்த்திடுவாள், நேரே அவள்பாதம்
தலையிலே தாங்கித் தரணிமிசை வாழ்வோமே.   4

பாரதி விளக்கம்

நவராத்திரிப் பாட்டு

5.10.1935

53

சந்திரமதி பாட்டு

பேச்சுக் கிடமே தடி – நீ
பெண்குலத்தின் வெற்றி யடி
ஆச்சர்ய மாயை யடி – என்றன்
ஆசைக் குமரி யடி

நீச்சு நிலை கடந்த – வெள்ள
நீருக் குள்ளே வீழ்ந்தவர் போல்
தீச்சுடரை வென்ற வொளி – கொண்ட
தேவி, நினை விழந்தே னடி.

பாரதி விளக்கம்

சந்திரமதி பாட்டு

12.10.1935

54

லக்ஷ்மிதேவி: சரண் புகுதல்

பாற்கட லிடைப்பிறந்தாள் – அது
    பயந்தநல் லமுதத்தின் பான்மைகொண்டாள்
ஏற்குமோர் தாமரைப்பூ – அதில்
    இணைமலர்த் திருவடி யிசைந்திருப்பாள்
நாற்கரந் தானுடையாள் – அந்த
    நான்கினும் பலவகைத் திருவுடையாள்
வேற்கரு விழியுடையாள் – செய்ய
    மேனியள் பசுமையை விரும்பிடுவாள்.

பாரதி விளக்கம்

லக்ஷ்மிதேவி - சாண் புகுதல்

19.10.1935

55

வெற்றி

எடுத்த காரியம் யாவினும் வெற்றி
    எங்கு நோக்கினும் வெற்றிமற் றாங்கே
விடுத்த வாய்மொழிக் கெங்கணும் வெற்றி
    வேண்டி னேனுக் கருளினள் காளி
தடுத்து நிற்பது தெய்வத மேனும்
    சாரு மானுட மாயினு மஃதைப்
படுத்து மாய்ப்ப ளருட்பெருங் காளி
    பாரில் வெற்றி யெனக்குறு மாறே. 1

எண்ணு மெண்ணங்கள் யாவினும் வெற்றி
    எங்கும் வெற்றி யெதனிலும் வெற்றி
கண்ணு மாருயி ரும்மென நின்றாள்
    காளித் தாயிங் கெனக்கருள் செய்தாள்
மண்ணுங் காற்றும் புனலு மனலும்
    வானும் வந்து வணங்கிநில் லாவோ?
விண்ணு ளோர்பணிந் தேவல்செய் யாரோ
    வெல்க காளி பதங்களென் பார்க்கே? 2

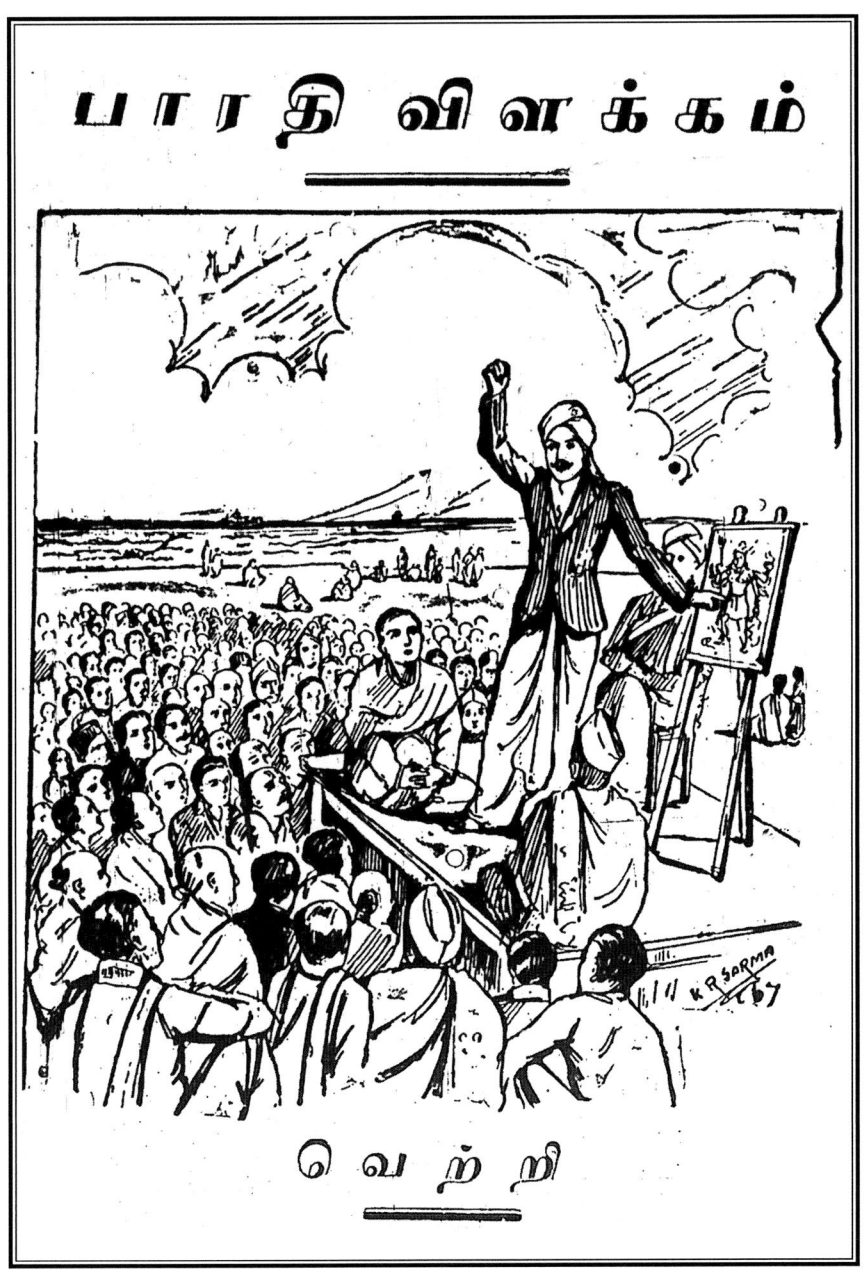

பாரதி விளக்கம்

வெற்றி

2.11.1935

56

சுதந்திரப் பெருமை

மண்ணிலின் பங்களை விரும்பிச் சுதந்திரத்தின்
மாண்பினை யிழப்பாரோ?
கண்ணிரண்டும் விற்றுச் சித்திரம் வாங்கினாற்
கைகொட்டிச் சிரியாரோ?

பாரதி விளக்கம்

சுதந்திரப் பெருமை

மண்ணிலின் பங்களை விரும்பிச் சுதந்திரத்தின்
மாண்பினை யிழப்பாரோ?
கண்ணிரண்டும் விற்றுச் சித்திரம் வாங்கினாற்
கை கொட்டிச் சிரியாரோ?

23.11.1935

57

லக்ஷ்மி பிரார்த்தனை

[திருவேட்கை]

மலரின் மேவு திருவே – உன்மேல்
　　மையல்பொங்கி நின்றேன்
நிலவு செய்யு முகமும் – காண்பார்
　　நினைவ ழிக்கும் விழியும்
கலக லென்ற மொழியும் – தெய்வக்
　　களிது லங்கு நகையும்
இலகு செல்வ வடிவும் – கண்டுன்
　　இன்பம்வேண்டு கின்றேன். 1

கமல மேவு திருவே – நின்மேல்
　　காத லாகி நின்றேன்
குமரி நின்னை யிங்கே – பெற்றோர்
　　கோடி யின்ப முற்றார்
அமரர் போல வாழ்வேன் – என்மேல்
　　அன்பு கொள்வை யாயின்
இமய வெற்பின் மோத – நின்மேல்
　　இசைகள் பாடி வாழ்வேன். 2

வாணி தன்னை யென்றும் – நினது
　　வரிசை பாட வைப்பேன்
நாணி யேக லாமோ? – என்னை
　　நன்க றிந்தி லாயோ?
பேணி வைய மெல்லாம் – நன்மை
　　பெருக வைக்கும் விரதம்
பூணு மைந்த ரெல்லாம் – கண்ணன்
　　பொறிக ளாவ ரன்றோ? 3

பாரதி விளக்கம்

லக்ஷ்மி பிரார்த்தனை

30.11.1935

58

ஊழிக் கூத்து

வெடிபடு மண்டத் திடிபல தாளம் போட – வெறும்
வெளியி லிரத்தக் களியொடு பூதம்பாடப் – பாட்டின்
அடிபடு பொருளுன் அடிபடு மொலியிற் கூடக் – களித்
தாடுங்காளீ, சாமுண் டீ, கங் காளீ!
அன்னை, அன்னை,
ஆடுங் கூத்தை நாடச் செய்தா யென்னை. 1

ஐந்துறு பூதம் சிந்திப் போயொன் றாகப் – பின்னர்
அதுவும் சக்திக் கதியில் மூழ்கிப் போக – அங்கே
முந்துறு மொளியிற் சிந்தை நழுவும் வேகத் – தோடே
முடியா நடனம் புரிவாய், அடு தீ சொரிவாய் –
அன்னை, அன்னை,
ஆடுங் கூத்தை நாடச் செய்தா யென்னை. 2

பாழாம் வெளியும் பதறிப் போய்மெய் குலையச் – சலனம்
பயிலும் சக்திக் குலமும் வழிகள் கலைய – அங்கே
ஊழாம் பேய்தான்; “ஓஹோ ஹோ”வென் றலைய – வெறித்
துறுமித் திரிவாய், செறுவெங் கூத்தே புரிவாய்
அன்னை, அன்னை,
ஆடுங் கூத்தை நாடச் செய்தா யென்னை 3

சத்திப் பேய்தாந் தலையொடு தலைகள் முட்டிச் – சட்டச்
சடசட சட்டென் றுடைபடு தாளங் கொட்டி – அங்கே
எத்திக் கினிலும் நின்விழி யனல்போ யெட்டித் – தானே
எரியுங் கோலங் கண்டே சாகுங் காலம்
அன்னை, அன்னை,
ஆடுங் கூத்தை நாடச் செய்தா யென்னை. 4

காலத் தொடுநிர் மூலம் படுமூ வுலகும் – அங்கே
கடவுள் மோனத் தொளியே தனியா யிலகும் – சிவன்
கோலங் கண்டுன் கனல்செய் சினமும் விலகும் – கையைக்
கொஞ்சித் தொடுவாய், ஆநந் தக்கூத் திடுவாய்,
அன்னை, அன்னை,
ஆடுங் கூத்தை நாடச் செய்தா யென்னை. 5

பாரதி விளக்கம்

7.12.1935

59

அக்நி தோமம்
(தீ)

ரிஷிகள்:

எங்கள் வேள்விக் கூட மீதில்
ஏறுதே தீ!தீ! – இந்நேரம்
பங்க முற்றே பேய்க ளோடப்
பாயுதே தீ! தீ! – இந்நேரம்

அஸுரர்:

தோழ ரேநம் மாவி வேகச்
சூழுதே தீ!தீ! – ஐயோ! – நாம்
வாழ வந்த காடு வேக
வந்ததே தீ!தீ! – அம்மாவோ!

பாரதி விளக்கம்

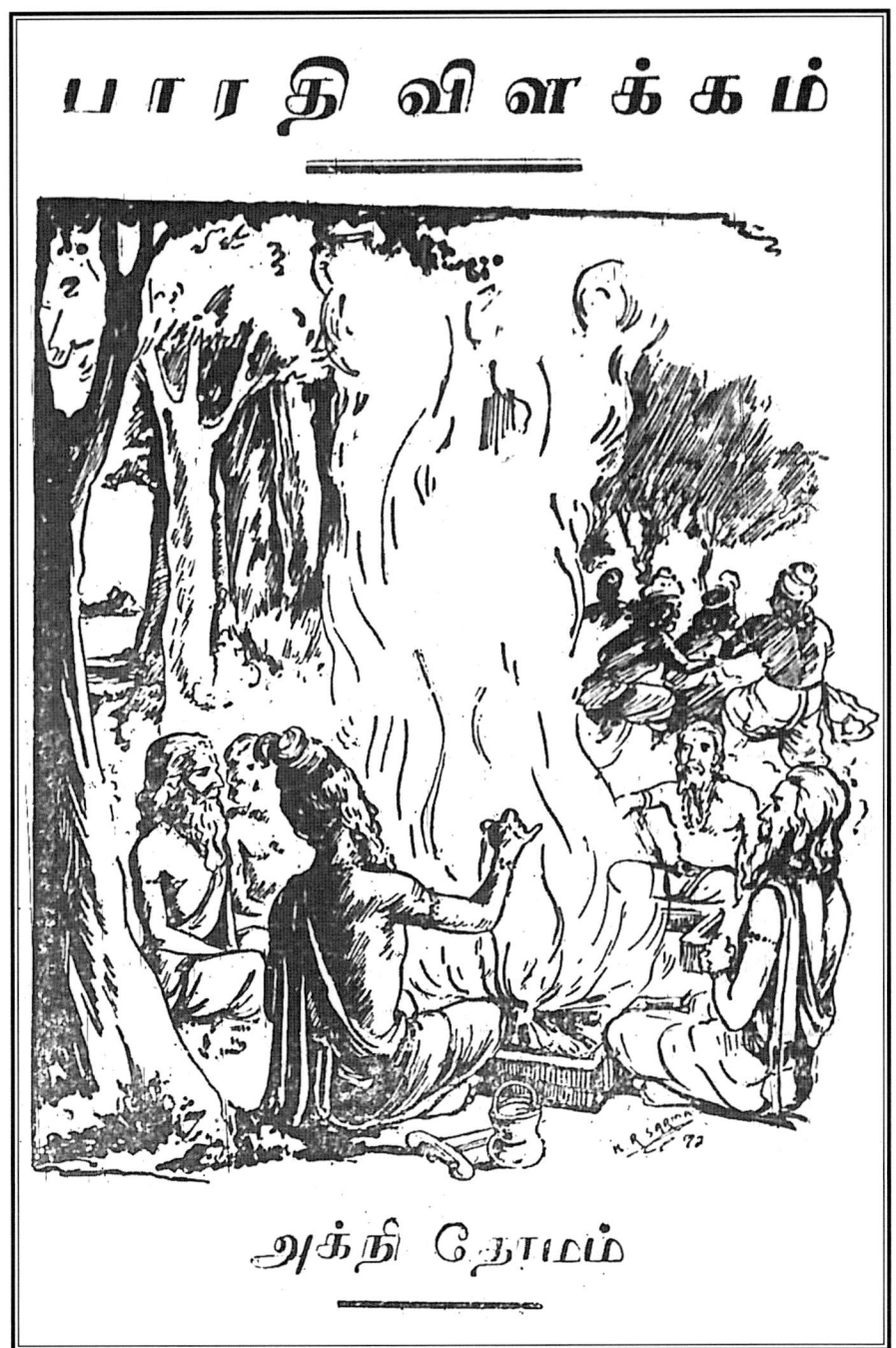

அக்நி ஹோமம்

14.12.1935

60

கடவுள் எங்கே இருக்கிறார்?

[பாரதி அறுபத்தாறு]

“சொல்லடா ஹரியென்ற கடவு ளெங்கே?
சொல்”லென்று ஹிரணியன்தா னுறுமிக் கேட்க,
நல்லதொரு மகன்சொல்வான்: “தூணி லுள்ளான்,
நாரா யணன்துரும்பி லுள்ளான்” என்றான்.
வல்லபெருங் கடவுளிலா அணுவொன் றில்லை
மஹாசக்தி யில்லாத வஸ்து வில்லை
அல்லலில்லை, அல்லலில்லை, அல்ல லில்லை
அனைத்துமே தெய்வமென்றா லல்ல லுண்டோ?

பாரதி விளக்கம்

கடவுள் எங்கே இருக்கிறார்?

21.12.1935

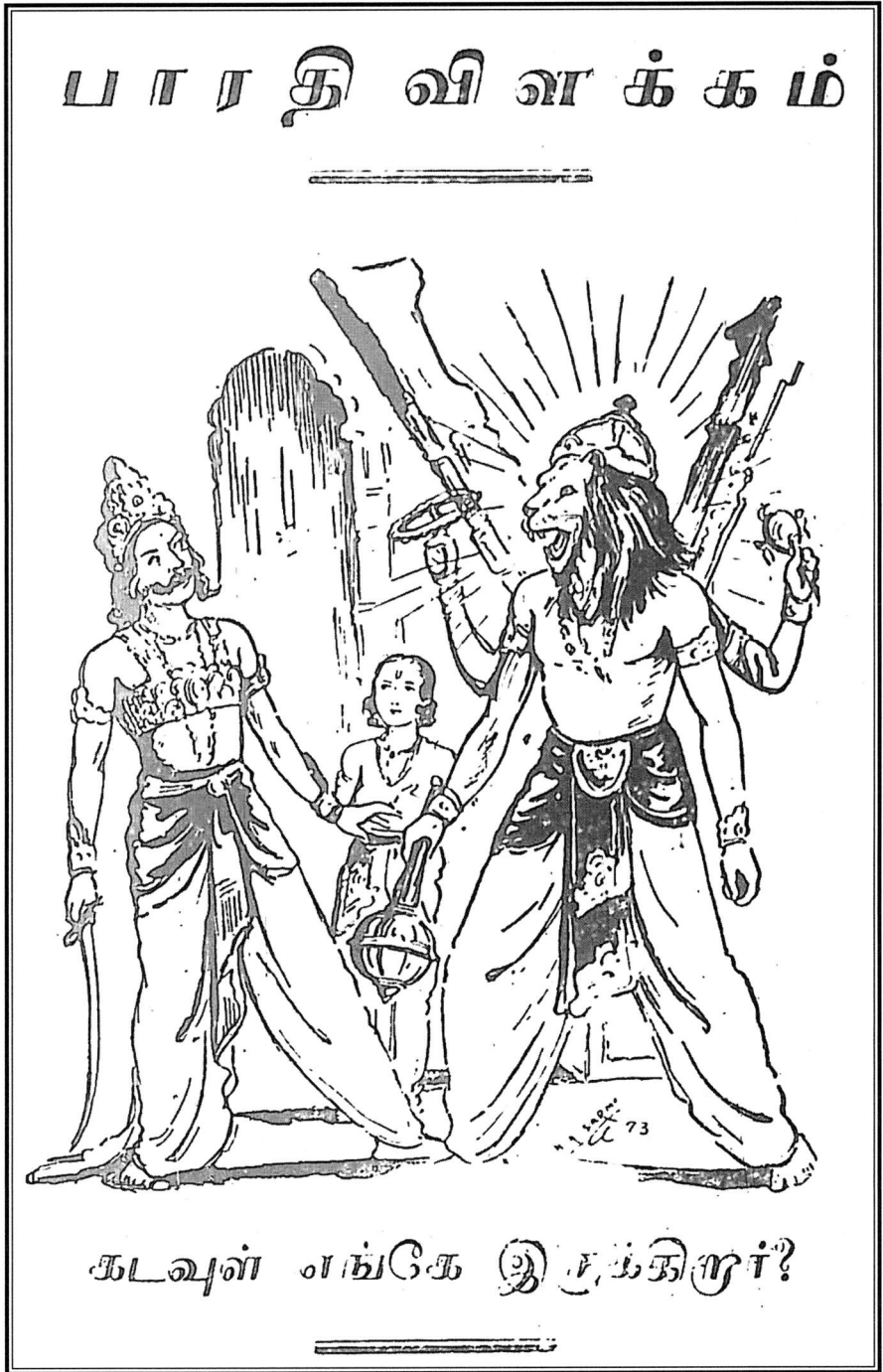

61

கிளிப் பாட்டு

திருவைப் பணிந்துநித்தம்
செம்மைத் தொழில்புரிந்து
வருக வருவதென்றே – கிளியே
மகிழ்வுற் றிருப்போமடீ. 1

வெற்றி செயலுக்குண்டு
விதியி னியமமென்று
கற்றுத் தெளிந்தபின்னும் – கிளியே
கவலைப் படலாகுமோ? 2

துன்ப நினைவுகளும்
சோர்வும் பயமுமெல்லாம்
அன்பி லழியுமடீ – கிளியே
அன்புக் கழிவில்லை காண். 3

ஞாயிற்றை யெண்ணியென்றும்
நடுமை நிலைபயின்று
ஆயிர மாண்டுலகில் – கிளியே
அழிவின்றி வாழ்வோமடீ. 4

தூய பெருங்கனலைச்
சுப்பிர மண்ணியனை
நேயத் துடன்பணிந்தால் – கிளியே
நெருங்கித் துயர்வருமோ? 5

பாரதி விளக்கம்

28.12.1935

62

குயில்

காட்டில் விலங்கறியும் கைக்குழந்தை தானறியும்
பாட்டின் சுவையதனைப் பாம்பறியு மென்றுரைப்பார்.

வற்றற் குரங்கு மதிமயங்கிக் கள்ளினிலே
முற்றும் வெறிபோல் முழுவெறிகொண் டாங்ஙனே

தாவிக் குதிப்பதுவுந் தாளங்கள் போடுவதும்,
"ஆவி யுருகுதடீ, ஆஹஹா!" என்பதுவும்,

கண்ணைச் சிமிட்டுவதும், காலாலுங் கையாலும்
மண்ணைப் பிறாண்டியெங்கும் வாரி யிறைப்பதுவும்,

"ஆசைக் குயிலே, அரும்பொருளே, தெய்வதமே
பேச முடியாப் பெருங்காதல் கொண்டுவிட்டேன்.

காதலில்லை யானாற் கணத்திலே சாதலென்றாய்,
காதலினாற் சாகுங் கதியினிலே என்னைவைத்தாய்

எப்பொழுது நின்னை இனிப்பிரிவ தாற்றகிலேன்,
இப்பொழுதே நின்னைமுத்த மிட்டுக் களியுறுவேன்."

குயில்

பாரதி விளக்கம்

4.4.1936

63

குயில்

என்றுபல பேசுவது மென்னுயிரைப் புண்செயவே,
கொன்றுவிட வெண்ணிக் குரங்கின்மேல் வீசினேன்

கைவாளை யாங்கே, கனவோ? நனவுகொலோ?
தெய்வ வலியோ? சிறுகுரங்கென் வாளுக்குத்

தப்பி, முகஞ்சுளித்துத் தாவி யொளித்திடவும்,
ஒப்பிலா மாயத் தொருகுயிலுந் தான்மறைய,

சோலைப் பறவை தொகைதொகையாத் தாமொலிக்க
மேலைச் செயலறியா வெள்ளறிவிற் பேதையேன்

தட்டித் தடுமாறிச் சார்பனைத்துந் தேடியுமே
குட்டிப் பிசாசக் குயிலையெங்கும் காணவில்லை.

பாரதி விளக்கம்

குயில்

என்று பல பேசுவது மென்னுயிரைப் புண்செயவே,
கொன்றுவிட வெண்ணிக் குரங்கின்மேல் வீசினேன்
கைவாளை யாங்கே, கனவோ? நனவு கொலோ?
தெய்வ வலியோ? சிறு குரங்கென் வாளுக்குத்
தப்பி, முகஞ் சுளித்துத் தாவி யொளித்திடவும்,
ஒப்பிலா மாயத் தொருகுயிலுந் தான்மறைய,
சோலைப் பறவை தொகை தொகையாத் தாமொலிக்க
மேலைச் செயலறியா வெள்ளறிவிற் பேதையேன்
தட்டித் தடுமாறிச் சார்பனைத்துந் தேடியுமே
குட்டிப் பிசாசக் குயிலையெங்கும் காணவில்லை.

11.4.1936

64

குயில்

வான நடுவிலே மாட்சியுற ஞாயிறுதான்
மோனவொளி சூழ்ந்திடவு மொய்ம்பிற் கொலுவிருந்தான்.

மெய்யெல்லாஞ் சோர்வு விழியில் மயக்கமுற
உய்யும் வழியுணரா துள்ளம் பதைபதைக்க,

நாணுந் துயரு நலிவுறுத்த நான்மீண்டு
பேணுமனை வந்தேன்; பிரக்கினைபோய் வீழ்ந்துவிட்டேன்.

மாலையிலே மூர்ச்சைநிலை மாறித் தெளிவடைந்தேன்
நாலு புறமுமெனை நண்பர்வந்து சூழ்ந்துநின்றார்.

“ஏனடா மூர்ச்சையுற்றாய்? எங்குசென்றாய்? ஏது செய்தாய்?
வானம் வெளிறுமுன்னே வைகறையி லேதனித்துச்

சென்றனையென் கின்றாரச் செய்தியென்னே? ஊணின்றி
நின்றதென்னே?” என்று நெரித்துவிட்டார் கேள்விகளை.

இன்னார்க் கிதுசொல்வ தென்று தெரியாமல்,
“என்னாற் பலவுரைத்த லிப்பொழுது கூடாதாம்.

நாளை வருவீரேல் நடந்ததெலாஞ் சொல்வேன்,இவ்
வேளை யெனைத்தனியே விட்டகல்வீர்,” என்றுரைத்தேன்.

நண்பரெல்லாஞ் சென்றுவிட்டார். நைந்துநின்ற தாயார்தாம்
உண்பதற்குப் பண்ட முதவிநல்ல பால்கொணர்ந்தார்.

சற்றுவிடாய் தீர்ந்து தனியே படுத்திருந்தேன்.
முற்று மறந்து முழுத்துயிலி லாழ்ந்துவிட்டேன்.

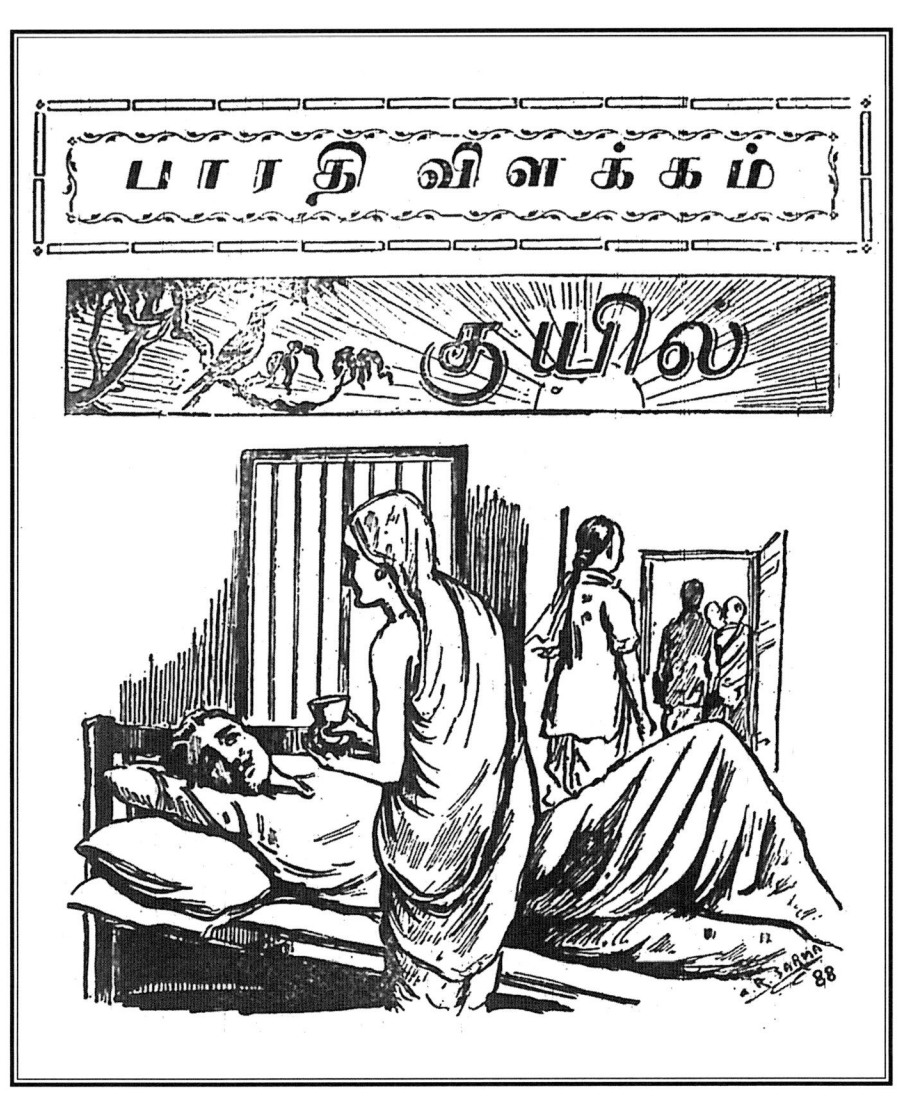

18.4.1936

65

குயில்

பண்டு நடந்ததனைப் பாடுகின்ற விப்பொழுதும்
மண்டு துயரெனது மார்பையெலாங் கவ்வுவதே.

ஓடித் தவறி யுடைவனவாஞ் சொற்களெலாம்;
கூடி மதியிற் குவிந்திடுமாஞ் செய்தியெலாம்.

நாசக் கதையை நடுவே நிறுத்திவிட்டுப்
பேசு மிடைப்பொருளின் பின்னே மதிபோக்கிக்

கற்பனையும் வர்ணனையுங் காட்டிக் கதைவளர்க்கும்
விற்பனர்தஞ் செய்கை விதமுந் தெரிகிலன்யான்.

மேலைக் கதையுரைக்க வெள்கிக் குலையுமனம்.
காலைக் கதிரழகின் கற்பனைகள் பாடுகிறேன்.

தங்க முருக்கித் தழல்குறைத்துத் தேனாக்கி
எங்கும் பரப்பியதோ ரிங்கிதமோ? வான்வெளியைச்

சோதி கவர்ந்து சுடர்மயமாம் விந்தையினை
ஓதிப் புகழ்வார் உவமையொன்று காண்பாரோ?

கண்ணையினி தென்றுரைப்பர் கண்ணுக்குக் கண்ணாகி
விண்ணை யளக்குமொளி மேம்படுமோ ரின்பமன்றோ?

மூலத் தனிப்பொருளை மோனத்தே சிந்தைசெய்யும்
மேலவரு மஃதோர் விரியுமொளி யென்பாரேல்.

நல்லொளிக்கு வேறுபொருள் ஞாலமிசை யொப்புளதோ?
புல்லை நகையுறுத்திப் பூவை வியப்பாக்கி,

மண்ணைத் தெளிவாக்கி, நீரில் மலர்ச்சிதந்து,
விண்ணை வெளியாக்கி, விந்தைசெயுஞ் சோதியினைக்

காலைப் பொழுதினிலே கண்விழித்து நான்தொழுதேன்.
நாலு புறத்துமுயிர் நாதங்க ளோங்கிடவும்,

இன்பக் களியி லியங்கும் புவிகண்டேன்.
துன்பக் கதையின் தொடருரைப்பேன். கேளீரோ!

தொகுப்பும் பதிப்பும்: ய. மணிகண்டன்

பாரதி விளக்கம்

குயில்

25.4.1936

66

குயில்

காலைத் துயிலெழுந்து காலிரண்டு முன்போலே
சோலைக் கிழுத்திடநான் சொந்தவுணர் வில்லாமே

சோலையினில் வந்துநின்று, சுற்றுமுற்றுந் தேடினேன்.
கோலப் பறவைகளின் கூட்டமெல்லாங் காணவில்லை.

மூலையிலோர் மாமரத்தின் மோட்டுக் கிளையினிலே
நீலக் குயிலிருந்து நீண்டகதை சொல்லுவதும்,

கீழே யிருந்தோர் கிழக்காளை மாடதனை
ஆழ மதியுடனே ஆவலுறக் கேட்பதுவும்

கண்டேன், வெகுண்டேன், கலக்கமுற்றேன், நெஞ்சிலனல்
கொண்டேன், குமைந்தேன், குமுறினேன், மெய்வெயர்த்தேன்

கொல்லவாள் வீசல் குறித்தேன்,இப் பொய்ப்பறவை
சொல்லுமொழி கேட்டதன்பின் கொல்லுதலே சூழ்ச்சியென

முன்போல் மறைந்துநின்றேன்; மோகப் பழங்கதையைப்
பொன்போற் குரலும் புதுமின்போல் வார்த்தைகளும்

கொண்டு குயிலாங்கே கூறுவதாம்:–

பாரதி விளக்கம்

குயில்

2.5.1936

67

குயில்

“நந்தியே,
பெண்டிர் மனத்தைப் பிடித்திழுக்கும் காந்தமே,

காமனே மாடாகக் காட்சிதரு மூர்த்தியே,
பூமியிலே மாடுபோற் பொற்புடைய சாதியுண்டோ ?

மானிடருந் தம்முள் வலிமிகுந்த மைந்தர்தமை
மேனியுறுங் காளையென்று மேம்பா டுறப்புகழ்வார்.

காளையர்த முள்ளே கனமிகுந்தீர், ஆரியரே,
நீள முகமும், நிமிர்ந்திருக்குங் கொம்புகளும்,

பஞ்சுப் பொதிபோற் படர்ந்த திருவடிவும்,
மிஞ்சு புறச்சுமையும், வீரத் திருவாலும்,

வானத் திடிபோல மாவென் றுறுமுவதும்,
ஈனப் பறவை முதுகின்மிசை யேறிவிட்டால்

வாலைக் குழைத்து வளைத்தடிக்கு நேர்மையும்பல்
காலநான் கண்டு கடுமோக மெய்திவிட்டேன்.

பார வடிவும் பயிலு முடல்வலியும்
தீர நடையும் சிறப்புமே யில்லாத

சல்லித் துளிப்பறவைச் சாதியிலே நான்பிறந்தேன்
அல்லும் பகலுநித மற்ப வயிற்றினுக்கே

காடெல்லாஞ் சுற்றிவந்து, காற்றிலே யெற்றுண்டு,
மூட மனிதர் முடைவயிற்றுக் கோருணவாம்

சின்னக் குயிலின் சிறுகுலத்தி லேதோன்றி
என்னபயன் பெற்றேன் ? எனைப்போலோர் பாவியுண்டோ ?

சேற்றிலே தாமரையும் சீழுடைய மீன்வயிற்றிற்
போற்றுமொளி முத்தும் புறப்படுதல் கேட்டிலிரோ ?

நீசப் பிறப்பொருவர் நெஞ்சிலே தோன்றிவரும்
ஆசை தடுக்கவல்ல தாகுமோ ? காமனுக்கே

சாதி பிறப்புத் தராதரங்கள் தோன்றிடுமோ ?
வாதித்துப் பேச்சை வளர்த்தோர் பயனுமில்லை.

பாரதி விளக்கம்

குயில்

9.5.1936

68

குயில்

மூட மதியாலோ முன்னைத் தவத்தாலோ,
ஆடவர்த முள்ளே அடியா ளுமைத்தெரிந்தேன்.

மானுடராம் பேய்கள் வயிற்றுக்குச் சோறிடவும்
கூனர்தமை யூர்களிலே கொண்டு விடுவதற்கும்

தெய்வமென நீருதவி செய்தபின்னர் மேனிவிடாய்
எய்தி யிருக்கு மிடையினிலே, பாவியேன்

வந்துமது காதில் மதுரவிசை பாடுவேன்.
வந்து முதுகில் ஒதுங்கிப் படுத்திருப்பேன்.

வாலிலடி பட்டு மனமகிழ்வேன். மாவென்றே
ஓலிடுநும் பேரொலியோ டொன்றுபடக் கத்துவேன்.

மேனியிலே யுண்ணிகளை மேவாது கொன்றிடுவேன்.
கானிடையே சுற்றிக் கழனியெலா மேய்ந்துநீர்

மிக்கவுண வுண்டுவாய் மென்றசைதான் போடுகையில்
பக்கத் திருந்து பலகதைகள் சொல்லிடுவேன்.

காளை யெருதரே, காட்டிலுயர் வீரரே,
தாளைச் சரணடைந்தேன், தையலெனைக் காத்தருள்வீர்

காதலுற்று வாடுகின்றேன் காதலுற்ற செய்தியினை
மாத ருரைத்தல் வழக்கமில்லை யென்றறிவேன்.

ஆனாலு மென்போ லபூருவமாங் காதல்கொண்டால்,
தானா வுரைத்தலன்றிச் சாரும் வழியுளதோ ?

ஒத்த குலத்தவர்பால் உண்டாகும் வெட்கமெல்லாம்
இத்தரையில் மேலோர்முன் ஏழையர்க்கு நாணமுண்டோ ?

தேவர்முன்னே யன்புரைக்கச் சிந்தைவெட்கங் கொள்வதுண்டோ ?
காவலர்க்குந் தங்குறைகள் காட்டாரோ கீழடியார் ?

ஆசைதான் வெட்க மறியுமோ ?" என்றுபல
நேசவுரை கூறி, நெடிதுயிர்த்துப் பொய்க்குயிலி

பண்டுபோ லேதனது பாழடைந்த பொய்ப்பாட்டை
எண்டிசையு மின்பக் களியேறப் பாடியதே.

பாரதி விளக்கம்

குயில்

16.5.1936

69

குயில்

பாட்டு முடியும்வரை பாரறியேன், விண்ணறியேன்,
கோட்டுப் பெருமரங்கள் கூடிநின்ற காவறியேன்.

தன்னை யறியேன், தனைப்போ லெருதறியேன்,
பொன்னை நிகர்த்தகுரல் பொங்கிவரு மின்பமொன்றே

கண்டேன், படைப்புக் கடவுளே, நான்முகனே,
பண்டே யுலகு படைத்தனைநீ யென்கின்றார்.

நீரைப் படைத்து நிலத்தைத் திரட்டிவைத்தாய்;
நீரைப் பழைய நெருப்பிற் குளிர்வித்தாய்;

காற்றைமுன்னே யூதினாய்; காணரிய வானவெளி
தோற்றுவித்தாய், நின்றன் தொழில்வலிமை யாரறிவார்?

உள்ளந்தான் கவ்வ வொருசிறிதுங் கூடாத
கொள்ளைப் பெரியவுருக் கொண்ட பலகோடி

வட்ட வுருளைகள்போல் வானத்தி லண்டங்கள்
எட்ட நிரப்பியவை யெப்போதும் ஓட்டுகின்றாய்;

எல்லா மசைவில் இருப்பதற்கே சக்திகளைப்
பொல்லாப் பிரமா, புகுத்துவிட்டாய், அம்மவோ!"

காலம் படைத்தாய் கடப்பதிலாத் திக்கமைத்தாய்,
ஞாலம் பலவினிலு நாடோறுந் தாம்பிறந்து

தோன்றி மறையுந் தொடர்பாப் பலவனந்தஞ்
சான்ற வுயிர்கள் சமைத்துவிட்டாய், நான்முகனே.

சால மிகப்பெரிய சாதனைகா ணிஃதெல்லாம்
தாலமிசை நின்றன் சமர்த்துரைக்க வல்லார்யார்?

ஆனாலு நின்றன் அதிசயங்கள் யாவினுமே
கானா முதம்படைத்த காட்சிமிக விந்தையடா!

காட்டுநெடு வானங் கடலெல்லாம் விந்தையெனில்,
பாட்டினைப்போ லாச்சரியம் பாரின்மிசை யில்லையடா.

பூதங்க ளொத்துப் புதுமைதரல் விந்தையெனில்
நாதங்கள் சேரு நயத்தினுக்கு நேராமோ?

ஆசைதருங் கோடி யதிசயங்கள் கண்டதிலே
ஓசைதரு மின்பம் உவமையிலா வின்பமன்றோ?

பாரதி விளக்கம்

குயில்

23.5.1936

70

குயில்

செத்தைக் குயில்புரிந்த தெய்விகத்தீம் பாட்டெனுமோர்
வித்தை முடிந்தவுடன் மீட்டுமறி வெய்திநான்

கையில் வாளெடுத்துக் காளையின்மேல் வீசினேன்.
மெய்யிற் படுமுன் விரைந்ததுதான் ஓடிவிட.

வன்னக் குயில்மறைய மற்றைப் பறவையெலாம்
முன்னைப்போற் கொம்பு முனைகளிலே வந்தொலிக்க,

நாணமிலாக் காதல்கொண்ட நானுஞ் சிறுகுயிலை
வீணிலே தேடியபின், வீடுவந்து சேர்ந்துவிட்டேன்.

எண்ணியெண்ணிப் பார்த்தேன் எதுவும் விளங்கவில்லை
கண்ணிலே நீர்ததும்பக் கானக் குயிலெனக்கே

காதற் கதையுரைத்து நெஞ்சங் கரைத்ததையும்,
பேதைநா னங்கு பெரியமயல் கொண்டதையும்,

இன்பக் கதையி னிடையே தடையாகப்
புன்பறவை யெல்லாம் புகுந்த வியப்பினையும்,

ஒன்றைப் பொருள்செய்யா வுள்ளத்தைக் காமவனல்
தின்றெனது சித்தந் திகைப்புறவே செய்ததையும்,

சொற்றைக் குரங்கும் தொழுமாடும் வந்தெனக்கு
முற்றும் வயிரிகளா மூண்ட கொடுமையையும்,

இத்தனைகோ லத்தினுக்கும் யான்வேட்கை தீராமல்
பித்தம் பிடித்த பெரிய கொடுமையையும்,

எண்ணியெண்ணிப் பார்த்தேன் எதுவும் விளங்கவில்லை;
கண்ணிரண்டு மூடக் கடுந்துயிலி லாழ்ந்துவிட்டேன்.

தொகுப்பும் பதிப்பும்: ய. மணிகண்டன்

பாரதி விளக்கம்

குயில்

30.5.1936

71

குயில்

நான்காநாள். என்னை நயவஞ் சனைபுரிந்து
வான்காதல் காட்டி மயக்கிச் சதிசெய்த

பொய்மைக் குயிலென்னைப் போந்திடவே கூறியநாள்.
மெய்மை யறிவிழந்தென் வீட்டிலே மாடமிசை

சித்தத் திகைப்புற்றோர் செய்கை யறியாமல்
எத்துக் குயிலென்னை எய்துவித்த தாழ்ச்சியெலாம்

மீட்டு நினைந்தங்கு வீற்றிருக்கும் போழ்தினிலே
காட்டுத் திசையினிலென் கண்ணிரண்டு நாடியவால்.

வானத்தே யாங்கோர் கரும்பறவை வந்திடவும்
யானதனைக் கண்டே, "இதுநமது பொய்க்குயிலே?"

என்று திகைத்தேன். இருந்தொலைக்கே நின்றதனால்
நன்று வடிவந் துலங்கவில்லை; நாடுமனம்

ஆங்கதனை விட்டுப் பிரிதற்கு மாகவில்லை.
ஓங்குந் திகைப்பி லுயர்மாடம் விட்டுநான்

வீதியிலே வந்துநின்றேன்.

பாரதி விளக்கம்

குயில்

6.6.1936

ஓவிய பாரதி

72

குயில்

மேற்றிசையி லவ்வுருவம்
சோதிக் கடலிலே தோன்றுகரும் புள்ளியெனக்

காணுதலும், ‘சற்றே கடுகி யருகேபோய்,
நாணமிலாப் பொய்க்குயிலோ வென்பதனை நன்கறிவோம்’

என்ற கருத்துடனே யான்விரைந்து சென்றிடுங்கால்
நின்ற பறவையுந்தான் நேராகப் போயினதால்

யானின்றால் தானிற்கும், யான்சென்றால் தான்செல்லும்
மேனிநன்கு தோன்ற அருகினிலே மேவாது

வானி லதுதான் வழிகாட்டிச் சென்றிடவும்
யானிலத்தே சென்றேன்.

பாரதி விளக்கம்

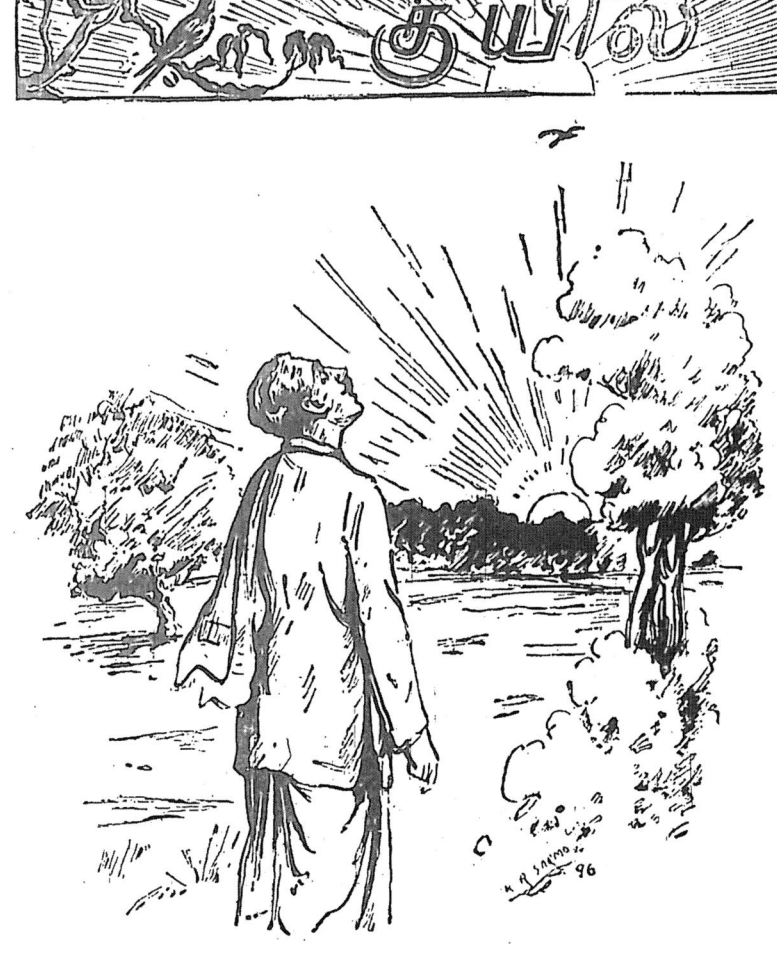

13.6.1936

73

குயில்

இறுதியிலே முன்புநாம்

கூறியுள்ள மாஞ்சோலை தன்னைக் குறுகியந்த
ஊறிலாப் புள்ளுமத னுள்ளே மறைந்ததுவால்.

மாஞ்சோலைக் குள்ளே மதியிலிநான் சென்றாங்கே
ஆஞ்சோதி வெள்ளம் அலையுமொரு கொம்பரின்மேல்

சின்னக் கருங்குயிலி செவ்வனே வீற்றிருந்து
பொன்னங் குழலின் புதிய வொலிதனிலே

பண்டைப்பொய்க் காதற் பழம்பாட்டைத் தான்பாடிக்
கொண்டிருத்தல் கண்டேன் குமைந்தேன். எதிரேபோய்,

“நீசக் குயிலே, நிலையறியாப் பொய்மையே,
ஆசைக் குரங்கினையும் அன்பா ரெருதினையும்

எண்ணிநீ பாடும் இழிந்த புலைப்பாட்டை
நண்ணியிங்கு கேட்க நடத்திவந்தாய் போலுமெனை”

என்று சினம்பெருகி ஏதேதோ சொல்லுரைத்தேன்.
கொன்றுவிட நெஞ்சிற் குறித்தேன். மறுபடியும்,

நெஞ்ச மிளகி நிறுத்திவிட்டேன்.

பாரதி விளக்கம்

குயில்

20.6.1936

74

குயில்

ஈங்கிதற்குள்,
வஞ்சக் குயிலி மனத்தை யிரும்பாக்கிக்

கண்ணிலே பொய்நீர் கடகடெனத் தானூற்றப்
பண்ணிசைபோ லின்குரலாற் பாவியது கூறிடுமால்:

“ஐயனே, என்னுயிரின் ஆசையே, ஏழையெனை
வையமிசை வைக்கத் திருவுளமோ? மற்றெனையே

கொன்றுவிடச் சித்தமோ? கூறீ ரொருமொழியில்.
அன்றிற் சிறுபறவை யாண்பிரிய வாழாது.

ஞாயிறுதான் வெம்மைசெயில் நாண்மலர்க்கு வாழ்வுளதோ?
தாயிருந்து கொன்றால் சரண்மதலைக் கொன்றுளதோ?

தேவர் சினந்துவிட்டால் சிற்றுயிர்க ளென்னாகும்?
ஆவற் பொருளே, அரசே,என் னாரியரே,

சிந்தையினீ ரென்மேற் சினங்கொண்டால் மாய்ந்திடுவேன்.
வெந்தழலில் வீழ்வேன். விலங்குகளின் வாய்ப்படுவேன்.

குற்றநீ ரென்மேற் கொணர்ந்ததனை யானறிவேன்.
குற்றநுமைக் கூறுகிலேன், குற்றமிலேன் யானம்ம.

புன்மைக் குரங்கைப் பொதிமாட்டை நான்கண்டு
மென்மையுறக் காதல் விளையாடினே னென்றீர்,

என்சொல்கேன்! எங்ஙனுய்வேன்! ஏதுசேய்கேன்! ஐயனே.

பாரதி விளக்கம்

குயில்

27.6.1936

75

குயில்

"தேவனே! என்னருமைச் செல்வமே, என்னுயிரே,
போவதன்முன் னொன்று புகல்வதனைக் கேட்டருள்வீர்

முன்ன மொருநாள் முடிநீள் பொதியமலை
தன்னருகே நானுந் தனியேயோர் சோலைதனில்,

மாங்கிளையி லேதோ மனதிலெண்ணி வீற்றிருந்தேன்,
ஆங்குவந்தா ரோர்முனிவர்.

பாரதி விளக்கம்

குயில்

4.7.1936

76

குயில்

ஆரோ பெரியரென்று.

பாதத்தில் வீழ்ந்து பரவினேன். ஐயரெனை
ஆதரித்து வாழ்த்தி யருளினார். மற்றதின்பின்:

"வேத முனிவரே,மேதினியிற் கீழ்ப்பறவைச்
சாதியிலே நான்பிறந்தேன். சாதிக் குயில்களைப்போல்

இல்லாமல் என்றன் இயற்கை பிரிவாகி
எல்லார் மொழியும் எனக்கு விளங்குவதேன்?

மானுடர்போற் சித்தநிலை வாய்ந்திருக்குஞ் செய்தியேன்.
யானுணரச் சொல்வீர்" எனவணங்கிக் கேட்கையிலே,

கூறுகின்றார் ஐயர்:

பாரதி விளக்கம்

குயில்

11.7.1936

77

குயில்

[குயிலேகேள்,] முற்பிறப்பில்

வீறுடைய வெந்தொழிலார் வேடர் குலத்தலைவன்
வீர முருகனெனும் வேடன் மகளாகச்

சேர வளநாட்டில் தென்புறத்தே ஓர்மலையில்
வந்து பிறந்து வளர்ந்தாய்நீ. நல்லிளமை

முந்து மழகினிலே மூன்று தமிழ்நாட்டில்
யாரு நினக்கோர் இணையில்லை யென்றிடவே

சீருயர நின்றாய்.

பாரதி விளக்கம்

குயில்

18.7.1936

ஓவிய பாரதி

78

குயில்

செழுங்கான வேடரிலுன்
மாமன் மகனொருவன், மாடனெனும் பேர்கொண்டான்
காமன் கணைக்கிரையாய், நின்னழகைக் கண்டுருகி
நின்னை மணக்க நெடுநாள் விரும்பியவன்
பொன்னை மலரைப் புதுத்தேனைக் கொண்டுனக்கு
நித்தங் கொடுத்து நினைவெல்லா நீயாகச்
சித்தம் வருந்துகையில், தேமொழியே நீயவனை
மாலையிட வாக்களித்தாய்; மையலினா லில்லை; அவன்
சால வருந்தல் சகிக்காமல் சொல்லிவிட்டாய்.

பாரதி விளக்கம்

குயில்

25.7.1936

79

குயில்

விந்தையுறு காந்தமிசை வீழு மிரும்பினைப்போல்,

ஆவலுட னின்னை யறத்தழுவி, ஆங்குனது
கோவை யிதழ்பருகிக் கொண்டிருக்கும் வேளையிலே.

சற்றுமுன்னே யூரினின்று தான்வந் திறங்கியவன்,
மற்றுநீ வீட்டைவிட்டு மாதருடன் காட்டினிலே

கூத்தினுக்குச் சென்றதனைக் கேட்டுக் குதூகலமாய்
ஆத்திரந்தான் மிஞ்சிநின்னை ஆங்கெய்திக் காணவந்தோன்,

நெட்டைக் குரங்கன் நெருங்கிவந்து பார்த்துவிட்டான்.

பாரதி விளக்கம்

குயில்

26.9.1936

ஓவிய பாரதி

80

குயில்

"பட்டப் பகலிலே! பாவிமகள் செய்தியைப்பார்!

கண்ணாலங் கூடஇன்னுங் கட்டி முடியவில்லை
மண்ணாக்கி விட்டாள்!என் மானந் தொலைத்துவிட்டாள்!

'நிச்சயதாம் பூலம்' நிலையா நடந்திருக்கப்
பிச்சைச் சிறுக்கிசெய்த பேதகத்தைப் பார்த்தாயோ!"

என்று மனதில் எழுகின்ற தீயுடனே
நின்று கலங்கினான் நெட்டைக் குரங்கனங்கே.

பாரதி விளக்கம்

குயில்

3.10.1936

81

குயில்

மாடனுந்தன் வாளுருவி மன்னவனைக் கொன்றிடவே
ஓடிவந்தான்; நெட்டைக் குரங்கனும்வா ளோங்கிவந்தான்

வெட்டிரண்டு வீழ்ந்தனகாண் வேந்தன் முதுகினிலே
சட்டெனவே மன்னவனுந் தான்திரும்பி வாளுருவி

வீச்சிரண்டி லாங்கவரை வீழ்த்தினான்; வீழ்ந்தவர்தாம்
பேச்சிழந்தே யங்கு பிணமாக் கிடந்துவிட்டார்.

குயில்
பாரதி விளக்கம்

31.10.1936

82

குயில்

“அடிபேதாய், இப்பிறவி

தன்னிலுநீ விந்தகிரிச் சார்பினிலோர் வேடனுக்குக்
கன்னியெனத் தான்பிறந்தாய், கர்ம வசத்தினால்

மாடன் குரங்க னிருவருமே வன்பேயாக்
காடுமலை சுற்றி வருகையிலே கண்டுகொண்டார்

நின்னையங்கே, இப்பிறப்பில் நீயும் பழமைபோல்
மன்னனையே சேர்வையென்று தாஞ்சூழ்ந்து மற்றவரும்

நின்னைக் குயிலாக்கி நீசெல்லுந் திக்கிலெலாம்
நின்னுடனே சுற்றுகின்றார். நீயிதனைத் தேர்கிலையோ ?”

என்றார்.

பாரதி விளக்கம்

குயில்

2.1.1937

83

குயில்

"பெண்குயிலே,

தொண்டைவள நாட்டிலோர் சோலையிலே வேந்தன்மகன்
கண்டுனது பாட்டிற் கருத்திளகிக் காதல்கொண்டு

நேச மிகுதியுற்று நிற்கையிலே, பேயிரண்டும்
மோச மிகுந்த முழுமாயச் செய்கைபல

செய்துபல பொய்த்தோற்றங் காட்டித் திறல்வேந்தன்
ஐயமுறச் செய்துவிடும். ஆங்கவனு நின்றனையே

வஞ்சகியென் றெண்ணி மதிமருண்டு நின்மீது
வெஞ்சினந்தா னெய்திநினை விட்டுவிட நிச்சயிப்பான்.

பிந்தி விளைவதெல்லாம் பின்னேநீ கண்டுகொள்வாய்,
சந்திஜபம் செய்யுஞ் சமயமாய் விட்ட" தென்றே

காற்றில் மறைந்துசென்றார் மாமுனிவர். காதலரே,
மாற்றி யுரைக்கவில்லை; மாமுனிவர் சொன்னதெல்லாம்

அப்படியே சொல்லிவிட்டேன். ஐயோ! திருவுளத்தில்
எப்படிநீர் கொள்வீரோ ? யானறியேன். ஆரியரே,

காத லருள்புரிவீர். காதலில்லை யென்றிடிலோ
சாத லருளித் தமதுகையாற் கொன்றிடுவீர்!"

என்று குயிலு மெனதுகையில் வீழ்ந்ததுகாண்.
கொன்று விடமனந்தான் கொள்ளுமோ ? பெண்ணென்றால்

பேயு மிரங்காதோ ? பேய்க ளிரக்கமின்றி
மாயமிழைத் தாலதனை மானிடனுங் கொள்ளுவதோ ?

காதலிலே யையங் கலந்தாலு நிற்பதுண்டோ ?
மாதரன்பு கூறில் மனமிளகா ரிங்குளரோ ?

பாரதி விளக்கம்.

8.5.1937

சுதேசமித்திரன், சனிக்கிழமை.
பாரதி விளக்கம்
ஜயபேரிகை
குரு தர்சனம்.
ஜவஹர்லால் விடுதலை விஷயம்
1. ஆறு துணை
அழகுத் தெய்வம்
கோமதி மகிமை
பிழைத்த தென்னந்தோப்பு
அந்திப்பொழுது

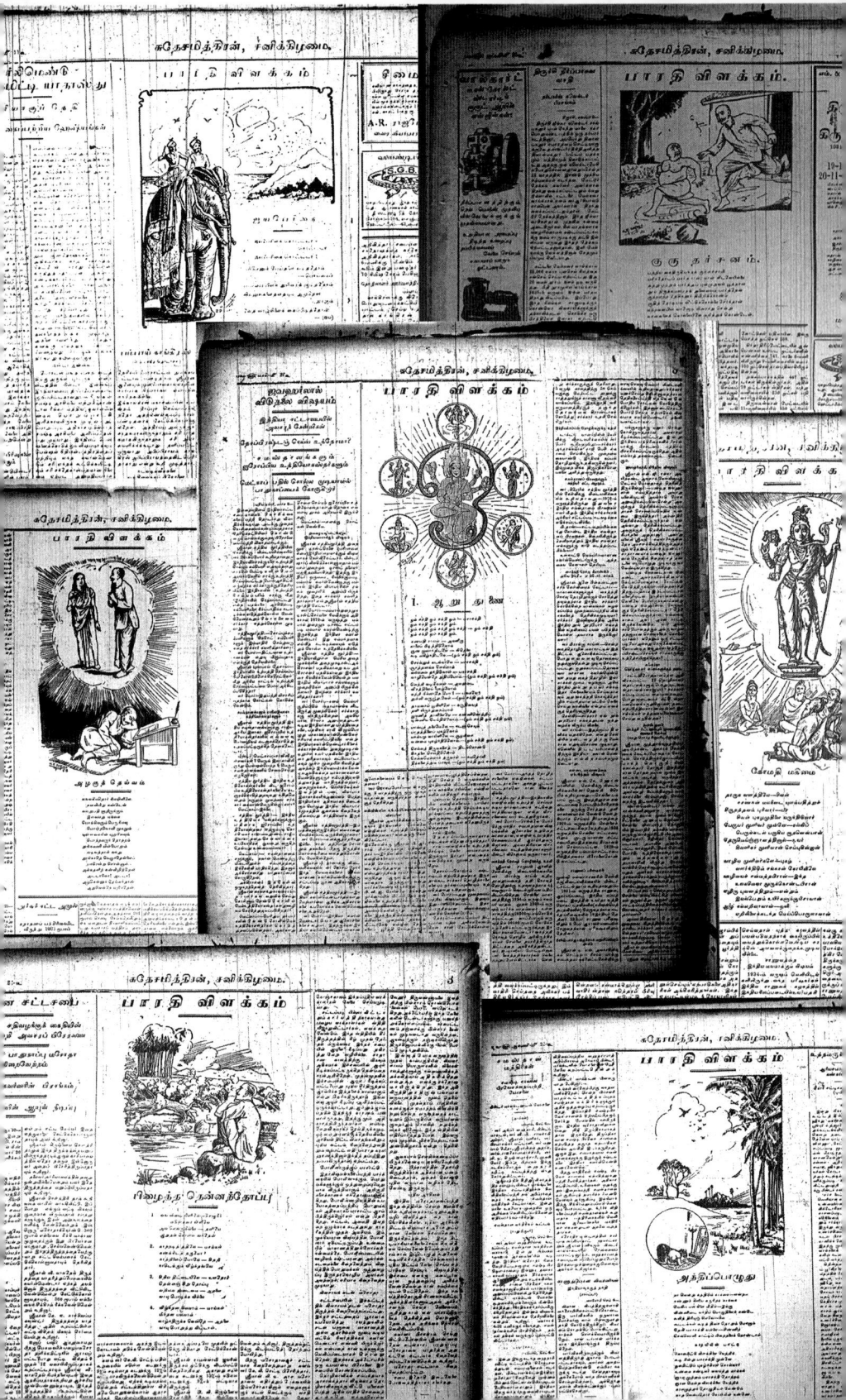

ஓவிய பாரதி

பிற்சேர்க்கைகள்

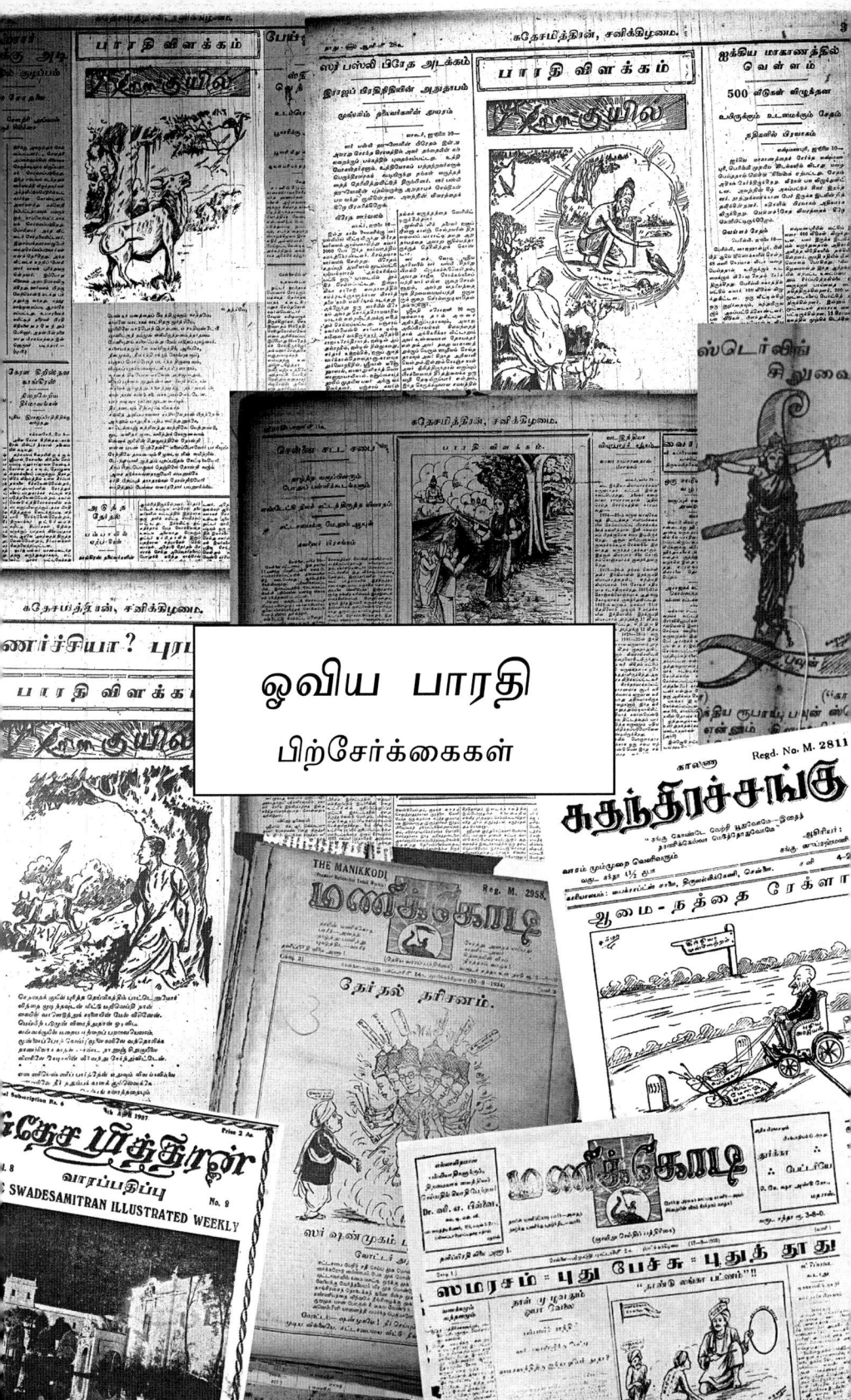

பாரதி விளக்கம்

நகரச் செய்திகள்

தென்னாப்பிரிக்காவில் புயல் சேதம்

சென்னை சட்ட சபை

நாத்திக வகுப்பினரும் பொதுப் பள்ளிக்கூடங்களும்

சட்டசபைக்கு மேலும் ஆறு பேர்

பாரதி விளக்கம்.

வட இந்திய வியாபாரச் சங்கம்

பாரதி விளக்கம்

நகரச் செய்திகள்

சுதேசமித்திரன், சனிக்கிழமை.

சென்னை சட்ட சபை

நாத்திக வகுப்பினரும் பொதுப் பள்ளிக்கூடங்களும்

சட்டசபைக்கு மேலும் ஆறு பேர்

பாரதி விளக்கம்.

வட இந்திய வியாபாரச் சங்கம்

பிற்சேர்க்கை: 1

‘சுதேசமித்திர’னில் சுப்பராமையர் ஓவியங்கள்

1

பாரதி விளக்கம்

சிப்பாயைக் கண்டஞ்சுவார் - ஊர்ச்
சேவகன் வருதல் கண்டு மனம் பதைப்பார்
துப்பாக்கி கொண்டொருவன் - வெகு
தூரத்தில் வரக்கண்டு வீட்டில் ஒளிப்பார்
அப்பாலெவனோ செல்வான் - அவன்
ஆடையைக் கண்டு பயந்தெழுந்து நிற்பார்
எப்போதும் கைகட்டுவார் - இவர்
யாரிடத்தும் பூனைகள்போல் ஏங்கி நடப்பார்
நெஞ்சு பொறுக்குதில்லையே - இந்த
நிலைகெட்ட மனிதரை நினைந்துவிட்டால்.

சுதேசமித்திரன் 3–2–1934

2

பாரதி விளக்கம்

ஜய பேரிகை கொட்டடா - கொட்டடா
ஜய பேரிகை கொட்டடா.

பயமெனும் பேய்தனை யடித்தோம் - பொய்மைப்
பாம்பை பிளந்துயிரைக் குடித்தோம்
வியனுலகனைத்தையும் அமுதெனநுகரும்
வேத வாழ்வினைக் கைப்பிடித்தோம் [ஜயபேரிகை]

இரவியினொளியிடைக் குளித்தோம் - ஒளி
யின்னமுதினை யுண்டு களித்தோம்
கரவினில் வந்துயிர்க் குலத்தினை யழிக்கும்
காலன் நடுநடுங்க விழித்தோம் [ஜயபேரிகை]

காக்கை குருவி யெங்கள் ஜாதி - நீள்
கடலு மலையு மெங்கள் கூட்டம்
நோக்குந்திசை யெலாம் நாமன்றி வேறில்லை
நோக்க, நோக்கக் களியாட்டம். [ஜயபேரிகை]

சுதேசமித்திரன் 10-2-1934

3

பாரதி விளக்கம்

ஆற்றினிலே சுனை யூற்றினிலே — தென்றற்
காற்றினிலே மலைப் பேற்றினிலே
ஏற்றினிலே பயனீந்திடும், காலி
யினத்தினிலே உயர் நாடு — இந்தப்
பாருக்குள்ளே நல்ல நாடு — எங்கள் பாரத நாடு
தோட்டத்திலே மரக் கூட்டத்திலே — கனி
யீட்டத்திலே பயிரூட்டத்திலே
தேட்டத்திலே அடங்காத நீதியின்
சிறப்பினிலே உயர் நாடு — இந்தப்
பாருக்குள்ளே நல்ல நாடு — எங்கள் பாரத நாடு.

சுதேசமித்திரன் 3–3–1934

4

பாரதி விளக்கம்.

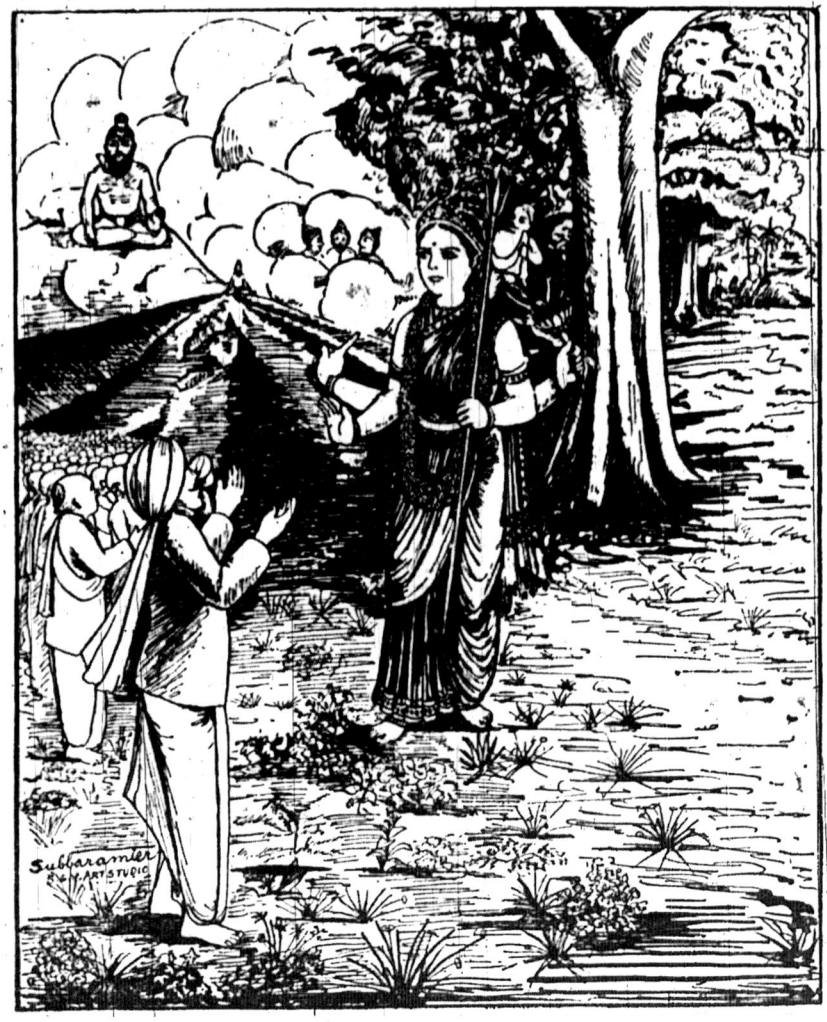

சுதேசமித்திரன் 24–3–1934

பிற்சேர்க்கை: 2

பாரதி பாடல்களுக்கான ஓவியங்கள் வெளிவந்த காலத்துச் சுதேசமித்திரன் முகப்புத் தோற்றம், 10-2-1937.

பிற்சேர்க்கை: 3

சுதேசமித்திரன், சனிக்கிழமை

பாரதி விளக்கம்

சந்திரமதி பாட்டு

பேச்சுக் கிடமேதடி—நீ
பெண் குலத்தில் வெற்றியடி
ஆச்சர்ய மாயையடி—என்றன்
ஆசைக் குமரியடி.

நீச்சு நிலை கடந்த—வெள்ள
நீருக்குள்ளே வீழ்ந்தவர் போல்
நீச்சுடரை வென்ற வொளி—கொண்ட
தேவி, நினைவிழைத்தேனடி..

ஜபல்பூர் முனிஸிபல் தேர்தல்

காங்கிரஸின் போட்டி

பாரதி பாடல் ஓவியம் இடம்பெற்ற முழுப்பக்கத் தோற்றம்,
சுதேசமித்திரன், 12–10–1935.

பிற்சேர்க்கை: 4

4 காலணா Regd. No. M. 2811

சுதந்திரச்சங்கு

“சங்கு கொண்டே வெற்றி யூதுவோமே—இதைத்
தரணிக்கெல்லா மெடுத்தோதுவோமே”

வாரம் மும்முறை வெளிவரும் — ஆசிரியர்:
வருட சந்தா 4½ ரூபா — சங்கு. ஸுப்ரஹ்மணியன்.

காரியாலயம்: பைக்ராப்ட்ஸ் சாலை, திருவல்லிக்கேணி, சென்னை. சனி 4-2-33

ஆமை-நத்தை ரேக்ளா

‘இந்தியாவின் முன்னேற்றம்’ என்ற ரோடு தொலை தூரத்தில் இருக்கின்றது. அந்த ரோட்டுப் பக்கம் போகாமல் வில்லிங்டன் துரை ஓர் முளையைச் சுற்றிச் சுற்றி தமது ரேக்ளாவை ஓட்டிக் கொண்டிருக்கிறார். சுற்றியுள்ள கல்லுகளைக் கண்டு மைல் கணக்குப் போடுகிறார். ‘இன்னொரு மைல் கல்லைத் தாண்டி விட்டோம்’ என்று டெல்லியில் பேசினார். அவருக்கு மயக்கமா? அல்லது [illegible]ரைத் தான் மயக்கப் பார்க்கின்றாரா?

கே.ஆர். சர்மா வரைந்த இதழ் முகப்புக் கருத்துப்படம்,
சுதந்திரச்சங்கு, 4–2–1933.

பிற்சேர்க்கை: 5

மணிக்கொடி முதல் இதழின் முகப்பில் இடம்பெற்ற கே.ஆர். சர்மா வரைந்த
கருத்துப்படம், 17-9-1933.

பிற்சேர்க்கை: 6

மணிக்கொடி — ஞாயிற்றுக்கிழமை 11

மணிக்கொடி — ஞாயிற்றுக்கிழமை 9

மணிக்கொடி இதழில் வெளிவந்த கே.ஆர். சர்மாவின் ஓவியங்கள், 21-1-1934, 22-4-1934.

2 ஞாயிற்றுக்கிழமை மணிக்கொடி 1934 ௵ ஏப்ரல்மீ 1௳

16 ஞாயிற்றுக்கிழமை மணிக்கொடி 1934 ௵ ஏப்ரல்மீ 29௳

12 ஞாயிற்றுக்கிழமை மணிக்கொடி 1934 ௵ மேமீ 6௳

மணிக்கொடி இதழில் வெளிவந்த கே.ஆர். சர்மா வரைகலை
1–4–1934, 29–4–1934, 6–5–1934.

THE MANIKODI
(Tamil Sunday Newspaper)

Reg. M. 2958.

மணிக்கொடி

தாயின் மணிக்கொடி
பாரீர்—அதைத்
தாழ்ந்து பணிந்து
புகழ்ந்திட—வாரீர்

சேர்ந்து அதைக் காப்பது
காணீர்—அவர்
சிந்தையின் வீரம்
நிரந்தரம் வாழ்க!

தனிப்பிரதி விலை அணா 1. (ஞாயிறு செய்திப் பத்திரிகை) வருட சந்தா உள் நாடு ரூ. 3—8—0.

கொடி 1] சென்னை—ஸ்ரீமுகஹு மார்கழி 17உ ஞாயிற்றுக்கிழமை (31—12—1933) [மணி 16

சறுக்கு மலை

"சாசுவத டிபாசிட்டுகள்"
—விளம்பரம்

திரும்பிவராத கடன் தொகைகளுக்கு வேறு பெயர்!!

* * *

"19 வருஷத்தில் 30 மைல் பிரயாணம்"
—பத்திரிகை தலைப்பு

தென்னிந்திய ரெயில்வே கம்பெனி மெயில் அல்ல!

* *

தாது புஷ்டியை அழிக்கக் கூடிய மன்மத குளிகை
—விளம்பரம்

தவறியாவது உண்மையைச் சொன்னதற்கு வந்தனம்!

* * *

"......கஷ்ட நிவாரண நிதிக்காக உண்டியல் வசூல் செய்ய நியமிக்கப்பட்டவர்களில் ஒருவர் காணப்படவில்லை"
—பத்திரிகை அறிக்கை

நண்பர் தமது கஷ்டத்தை நிவாரணம் செய்துகொண்டார் போலும்!

* * *

"ஏஜெண்டுகள் நஷ்டமடைய சந்தர்ப்பமே யில்லை"
—விளம்பரம்

நஷ்டமடையத்தான் வாங்குகிறவன் இருக்கிறானே!

* * *

"பஸ் ஏறி இறந்தாள்"
—பத்திரிகை தலைப்பு.

கட்டை வண்டி ஏறி இருந்தான்"
—டி. பத்திரிகை அடுத்த தலைப்பு.

பஸ்ஸுக்கும் கட்டை வண்டிக்கும் உள்ள வித்தியாசத்தைப் பார்த்தீர்களா?

* * *

"வாதங்கள் முடிந்து விட்டன. அறிவு சோர்ந்துவிட்டது. பிடிவாதத்தைமட்டும் வெளித்த பாடில்லை"
—சிந்தாமணி

ஆமாம், மிதவாதத்தையும் விட்டபாடில்லை.

ஆரத்திர அமர்ந்து செய்த யோசனை

இந்த வாரம் சென்னையில் கூடிய மிதவாத வருஷாந்தர மகாநாடு "தன் கையே தனக்குதவி" என்ற பழமொழிக்குப் புதுப்பொருள் கொடுத்திருக்கிறார்கள். படத்தில் காண்கவும்.

ஒரு கிராமவாசி இறந்துவிட்டதால் அங்கு சென்றிருந்த கிராமாதிகாரியில் ஒருவர் பழைய துவேஷம் காரணமாகக் கன்னத்தில் அறைந்தார்"
—தினசரி செய்தி

யார் கன்னத்தில் அறைந்தார், ஏன், எப்படி, எல்லாம் தொக்கிநிற்கிறது!!

* * *

"ஸ்ரீ தேவராஜஸ்வாமி ஸ்கீம் கேஸ் தள்ளப்பட்டது"
—செய்தி தலைப்பு.

ஸ்வாமி ஸ்கீம் போட ஆரம்பித்துவிட்டாரா?

* * *

"அது (பிரமிட்) கல்லில்செதுக்கப்பட்ட எகிப்தியரது வேதம் போலிருக்கிறதென்றும் சொன்னார்"
—பத்திரிகைச் செய்தி

கல்லில் செதுக்கப்பட்ட எகிப்தியருக்கு வேதம் என்றால் அது எதில் எழுதப்பட்டிருக்கவேண்டும்?

* * *

கலெக்டர் வந்ததால் ஏற்படும் நஷ்டத்தைப் பார்வையிட யார் வரப்போகிறார்கள்.

* * *

"விவசாயம், கைத்தொழில் இலைகளில் வேலை செய்பவர்களின் வேலையில்லாத் திண்டாட்டம் இன்னும் பரிதாபகரமானது"
—பத்திரிகை செய்தி

சாப்பிடுகிறவன் பட்டினி பரிதாபகரமானதுதான்!!

* * *

"...........பற்பொடி இது ஒன்றுதான் எங்கும் பிரசித்திபெற்றதென்று சென்னை ஹைகோர்ட் ஜட்ஜ்மெண்டில் எழுதப்பட்டிருக்கிறது"
—விளம்பரம்.

இந்தப் பற்பொடியை உபயோகித்தாவது ஜட்ஜுகள் வாத்தை பிடித்த தீர்ப்புகள் அளிக்காமல் இருப்பார்களா?

* * *

"பிரேகிதர்கள்

"........," "ஹிண்டு" பத்திராதிபர்.
—விளம்பரம்

இங்கிலிஷ் பதங்களை தமிழில் அப்படியே எழுத முடியவில்லை என்று இன்னும் குறை கூறுகிறார்கள்!!

* * *

"குடியேற்ற நாட்டு அந்தஸ்தை அடைய எவ்வளவு நாள் காத்திருப்பது?"
—ஸர். சிவஸ்வாமி

அய்யர் அவர்கள் அவதாரம் செய்ய உலகம் எவ்வளவு நாள் காத்திருந்திருக்கிறது?

* * *

"குடியேற்ற நாட்டு அந்தஸ்து கண்ணிலாவது தென்படுகிறதா?"
—டிபார்

மிதவாத தூரதிருஷ்டிக் கண்ணாடியைப் போட்டுக்கொண்டுமா தெரியவில்லை?

புத்தி சொன்னதற்கு கூலி

ஒன்றரை வருஷம் தண்டனை

போக்ரா—

ஹிலி என்னும் ஊரில் சந்தை நடந்து கொண்டிருந்தது. சந்தைக்கு பாலூர்காட் டாணா ஆபீஸர் வந்திருந்தார். அவர் சாதாரண உடையில் வந்திருந்ததால் போலீஸார் என்று அறிய முடியவில்லை. அவர் கருப்பு பிடித்துக் கொண்டிருப்பதைக் கண்ட முராரிமோஹன் கோஸ்வாமி என்னும் கவிராஜ் "ஏன் இந்த அந்நிய நாட்டுப் பொருளை உபயோகிக்கிறீர்? இதை எறிந்து விடும்" என்று புத்தி சொன்னார். இதைக் கேட்டுக் கொண்டு போலீ போலீஸார் அவருக்குத் தெரிவித்த

கே.ஆர். சர்மாவின் கருத்துப்படம், *மணிக்கொடி*, 31–12–1933.

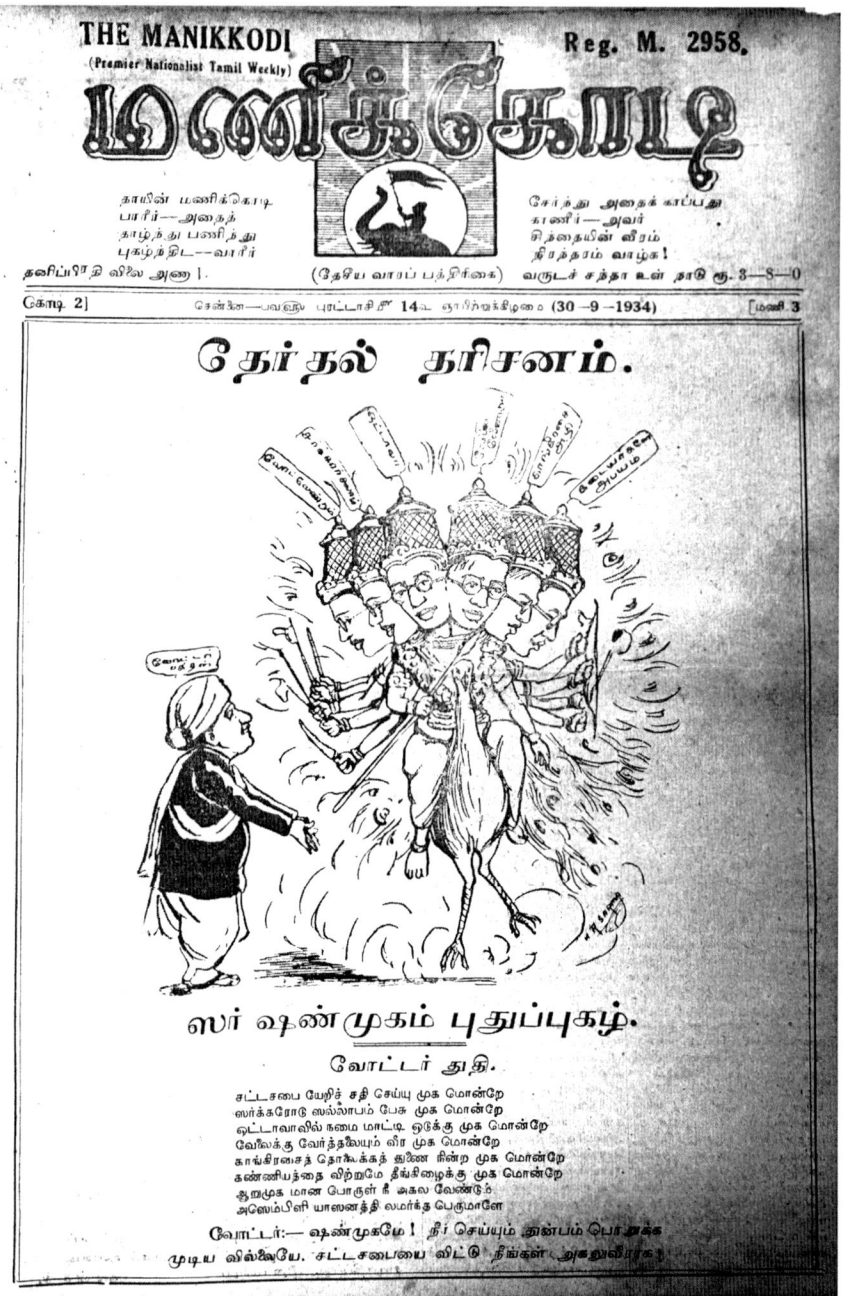

THE MANIKKODI
(Premier Nationalist Tamil Weekly)

Reg. M. 2958.

மணிக்கொடி

தாயின் மணிக்கொடி
பாரீர்—அதைத்
தாழ்ந்து பணிந்து
புகழ்ந்திட—வாரீர்

சேர்ந்து அதைக் காப்பது
காணீர்—அவர்
சிந்தையின் வீரம்
நிரந்தரம் வாழ்க!

தனிப்பிரதி விலை அணா 1. (தேசீய வாரப் பத்திரிகை) வருடச் சந்தா உள் நாடு ரூ. 3—8—0

கொடி 2] சென்னை—பவஷு புரட்டாசி மீ 14௳ ஞாயிற்றுக்கிழமை (30—9—1934) [மணி 3

தேர்தல் தரிசனம்.

ஸர் ஷண்முகம் புதுப்புகழ்.

வோட்டர் துதி.

சட்டசபை யேறிச் சதி செய்யு முக மொன்றே
ஸர்க்கரோடு ஸல்லாபம் பேசு முக மொன்றே
ஒட்டாவாவில் நமை மாட்டி ஒடுக்கு முக மொன்றே
வேலைக்கு வேர்த்தலையும் வீர முக மொன்றே
காங்கிரஸைத் தொலைக்கத் துணை நின்ற முக மொன்றே
கண்ணியத்தை விற்றுமே தீங்கிழைக்கு முக மொன்றே
ஆறுமுக மான பொருள் நீ அகல வேண்டும்
அஸெம்பிளி யாஸனத்தி லமர்ந்த பெருமானே

வோட்டர்:— ஷண்முகமே! நீர் செய்யும் துன்பம் பொறுக்க முடிய வில்லையே. சட்டசபையை விட்டு நீங்கள் அகலுவீராக!

மணிக்கொடி முகப்பில் இடம்பெற்ற கே.ஆர். சர்மா வரைந்த புகழ்பெற்ற கருத்துப்படம் (தொடக்க காலத் ‘தினமணி’யில் மறுவெளியீடு பெற்றது), 30–9–1934.

பிற்சேர்க்கை: 8

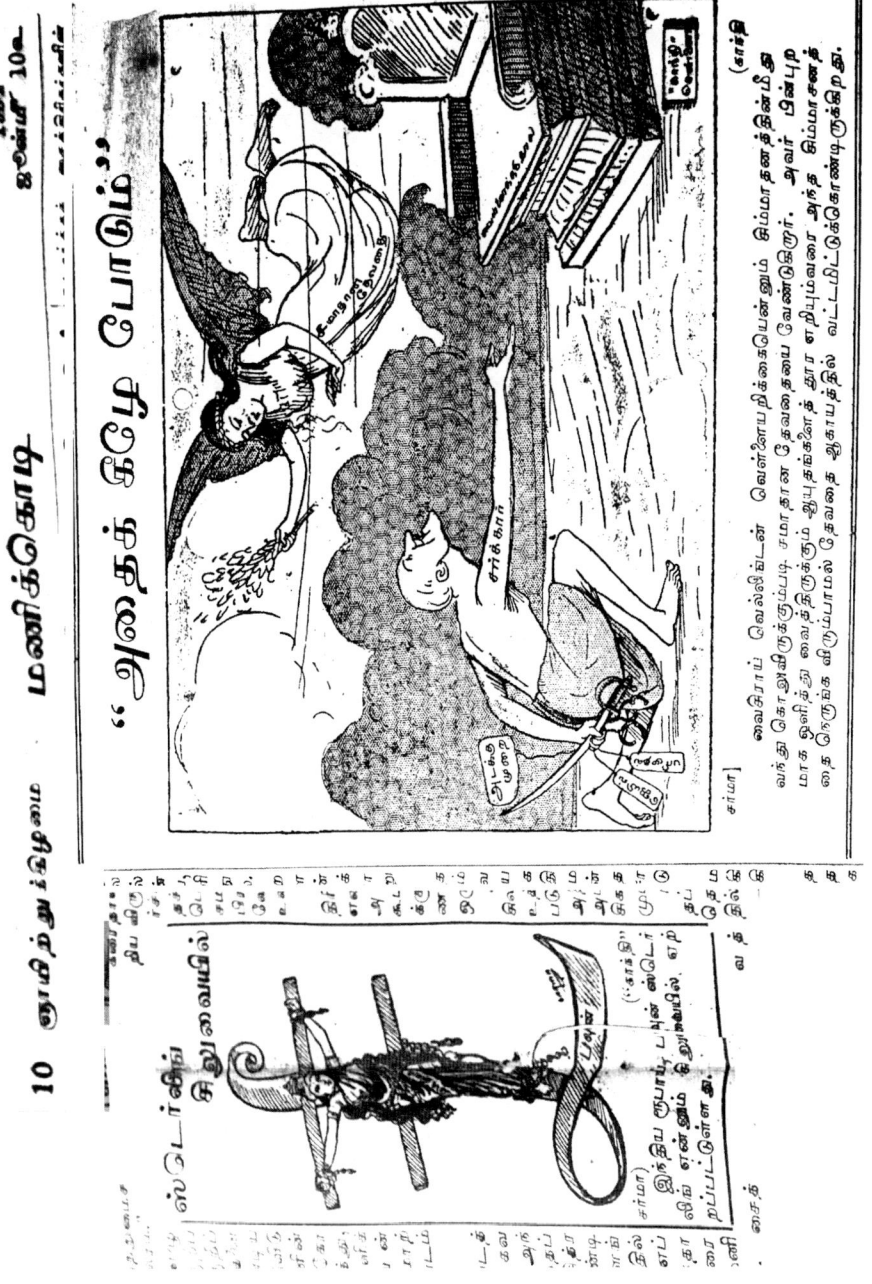

'The Review of Reviews' இதழில் 'காந்தி' இதழிலிருந்து மறுவெளியீடு பெற்ற கே.ஆர். சர்மாவின் கருத்துப்படங்கள், மணிக்கொடி, 10-6-1934.

பிற்சேர்க்கை: 9

பாரதிதாசனை ஆசிரியராகக் கொண்டு வெளிவந்த 'ஸ்ரீ சுப்ரமண்ய பாரதி கவிதா மண்டலம்' (ஆவணி 1935) பாரதி நினைவுச் சிறப்பிதழில் கே.ஆர். சர்மா அட்டை ஓவியம்.

பிற்சேர்க்கை: 10

தாயின் மணிக்கொடி

மன்னிய பாரத நாட்டின் கொடிக்கு வணக்கம் புரிந்திடுவோம்—நம்
அன்னை மணிக்கொடி வாழியவே என அணிவகுத்திடுவோம்—நம்
முன்னைப் பெரும்புகழ் எண்ணிடுவோம்; குறிநோக்கி முன் னேறிடுவோம்— உயர்
குன்றெனவே நிமிர்வோம்; நடப்போம் பகைக் கூட்டத்தைச் சீறிடுவோம்

வானிமயாசலம் தென்குமரிக்கிடை வாய்ந்த பெரும் பூமி—அது
கானவரிப்புலி போலும் முப்பத்துமுக் கோடி மக்கள் பூமி—என்று
நானில மீதினில் எங்கள் மணிக்கொடி நாளும் பறக்குதங்கே—நம்
மானம் அஃதே என எண்ண எண்ண நெஞ்சில் வீரம் பிறக்குதிங்கே.

செந்தமிழ் வீரர்கள் வங்கர் தெலுங்கர்கள் சீக்கியர் ராஜபுத்ரர்—உளம்
முந்தும் துருக்கர்கள் வில்லினர் வேலினர் வாளினர் மொய்ம்புடையார்—எனும்
பந்தியின் வாய்ந்திடு சேனையெலாம் எங்கள் பாரத அன்னைவசம்—எனில்
சந்ததம் வெல்வதும் தாரணி ஆள்வதும் எங்கள் மணித்துவசம்.

மாக்களைத் தந்த பெரும்புவிக்கே நல்ல மக்களைத் தந்த நிலம்—அது
பாக்கியம் என்று பணிந்திடும் எங்களின் பாரத அன்னைநிலம்—எங்கள்
ஆக்கையும் ஆவியும் அன்னவட்கே எனப் பேரிகை ஆர்த்திடுவோம்—அவள்
தூக்கும் சுதந்திர மாகொடி நாளும் துலங்கிடக் காத்திடுவோம்.

‘ஸ்ரீ சுப்ரமண்ய பாரதி கவிதா மண்டலம்’ இதழில் (வெளியீடு–7, 1935.)
கே.ஆர். சர்மா ஓவியம்.

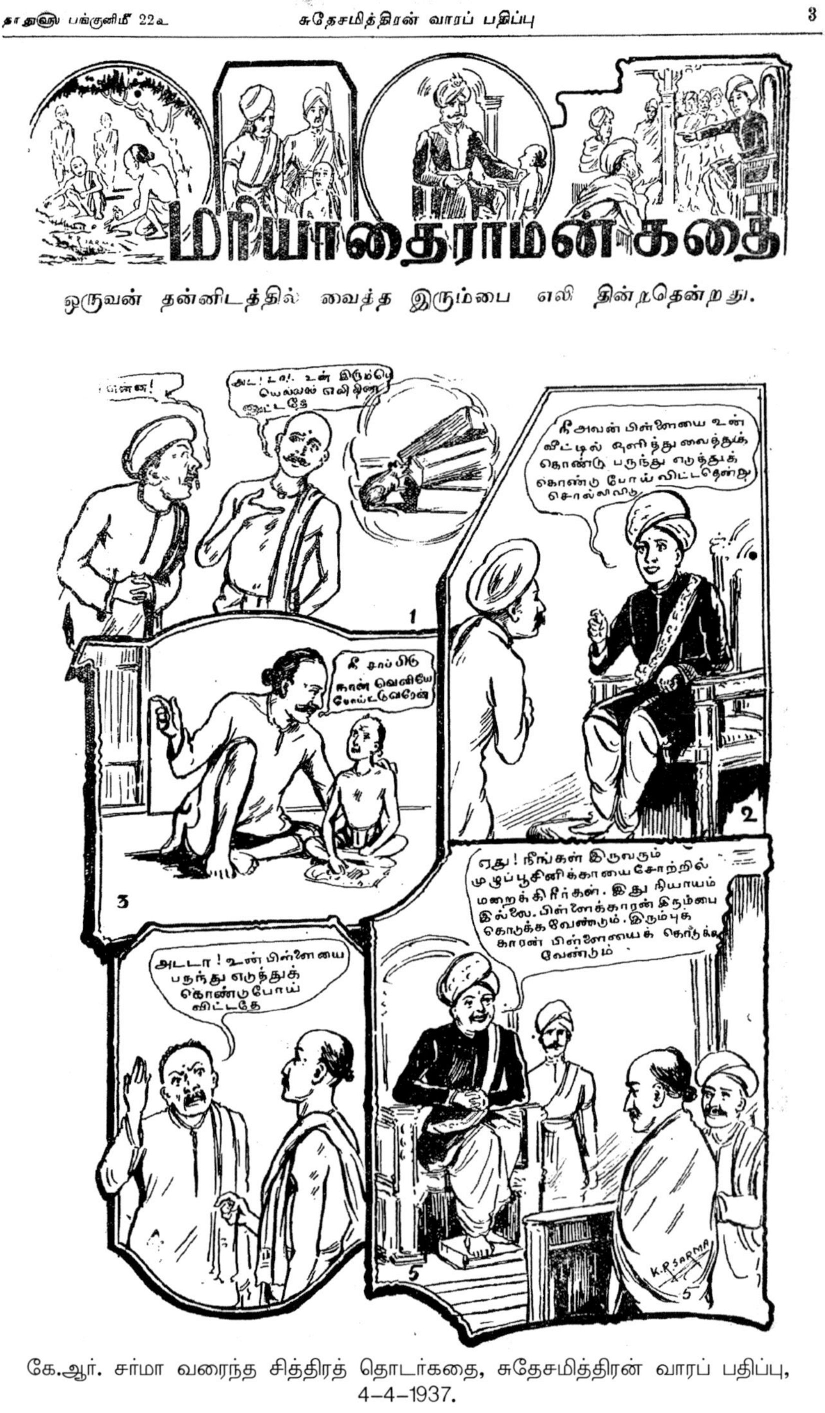

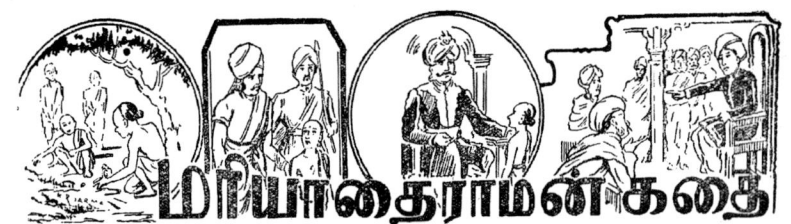

பிற்சேர்க்கை: 11

கே.ஆர். சர்மா வரைந்த சித்திரத் தொடர்கதை, சுதேசமித்திரன் வாரப் பதிப்பு, 4–4–1937.

துணைநூற்பட்டியல்

குப்புசாமி செட்டியார், நல்லி, *பாரதியார் கதைக் களஞ்சியம்*, வெளியீடு: ஸ்ரீ புவனேஸ்வரி பதிப்பகம், சென்னை, முதற்பதிப்பு: 2012.

சொக்கலிங்கம், டி.எஸ்., *எனது முதல் சந்திப்பு*, வெளியீடு: பானு பதிப்பகம், திருச்சிராப்பள்ளி, முதற்பதிப்பு: 2007.

பத்மநாபன், ரா.அ., *சித்திர பாரதி*, காலச்சுவடு இரண்டாம் பதிப்பு: 2010, நாகர்கோவில் (சித்திர பாரதி முதற்பதிப்பு: 1957).

பத்மநாபன், ரா.அ., *தமிழ் இதழ்கள் 1915–1966*, காலச்சுவடு பதிப்பகம், நாகர்கோவில், முதற்பதிப்பு: 2003.

முருகு சுந்தரம், *பாவேந்தர்: ஒரு பல்கலைக்கழகம்*, அன்னம், சிவகங்கை, முதற்பதிப்பு: 1990.

வ.ரா., *மகாகவி பாரதியார்*, வெளியீடு: சக்தி காரியாலயம், சென்னை, முதற்பதிப்பு: 1944, ஆறாம் பதிப்பு: 1956.

விசுவநாதன், சீனி. (பதிப்பு), *காலவரிசையில் பாரதி பாடல்கள்*, வெளியீடு: சீனி. விசுவநாதன், சென்னை, முதற்பதிப்பு: 2012, மறு அச்சு: 2013.

விசுவநாதன், சீனி., *பாரதி ஆய்வுகள்: சிக்கல்களும் தீர்வுகளும்*, வெளியீடு: சீனி. விசுவநாதன், சென்னை, முதற்பதிப்பு: 2009.

வேங்கடாசலபதி, ஆ.இரா., *அந்தக் காலத்தில் காப்பி இல்லை முதலான ஆய்வுக் கட்டுரைகள்*, காலச்சுவடு பதிப்பகம், நாகர்கோவில், முதற்பதிப்பு: 2000, ஏழாம் (குறும்) பதிப்பு: 2021.

இதழ்கள்

காந்தி (மலர்), ஏப்ரல்–மே 1933.

சுதந்திரச் சங்கு, சென்னை, 4-2-1933.

சுதேசமித்திரன், சென்னை, 1934–1937.

சுதேசமித்திரன் வாரப் பதிப்பு, சென்னை, 4-4-1937.

மணிக்கொடி, சென்னை, 17-9-1933, 31-12-1933, 21-1-1934, 1-4-1934, 22-4-1934, 29-4-1934, 6-5-1934, 10-6-1934, 30-9-1934.

ஸ்ரீ சுப்ரமண்ய பாரதி கவிதாமண்டலம், புதுச்சேரி, 1935.